നിറമുള്ള നന്മകൾ

Niramulla Nanmakal
Children's Literature

Dr. K Sreekumar

CHINTHA PUBLISHERS
Thiruvananthapuram

First Edition
May 2016

Second Edition
February 2017

Third Edition
April 2018

Fourth Edition
April 2021

Published & Typesetting
Chintha Publishers, Thiruvananthapuram

Cover Design
Sudheesh P Y

ISBN - 978-93-86112-02-6

CR - 2303 / 5463

Email: chinthapublishers@gmail.com
Website: www.chinthapublishers.com

Distribution
DESHABHIMANI BOOKHOUSE
H O Thiruvananthapuram 695035

Branch
Head Office Kunnukuzhi • Statue Thiruvananthapuram •
KSRTC Bus Station Thiruvananthapuram
KSRTC Bus Station Alappuzha • KSRTC Bus Station Ernakulam •
Machingal Lane Thrissur • IG Road Kozhikode •
Mavoor Road Kozhikode • NGO Union Building Kannur •
Central Bus Terminal Complex Thavakkara Kannur

നിറമുള്ള നന്മകൾ

(ബാലസാഹിത്യം)

ഡോ. കെ ശ്രീകുമാർ

ചിന്ത പബ്ലിഷേഴ്സ്
തിരുവനന്തപുരം-695 035

ഡോ. കെ ശ്രീകുമാർ

എറണാകുളം ജില്ലയിലെ കണയന്നൂരിൽ 1967 ഡിസംബർ 31 ന് ജനിച്ചു. അച്ഛൻ കെ എം ലക്ഷ്മണൻ നായർ, അമ്മ എ എസ് വിശാലാക്ഷി. മലയാള സാഹിത്യത്തിൽ എം എ, എം ഫിൽ, ബി എഡ് ബിരുദങ്ങളും പത്രപ്രവർത്തനത്തിൽ പി ജി ഡിപ്ലോമയും മലയാള സംഗീതനാടകങ്ങളെക്കുറിച്ചുള്ള ഗവേഷണത്തിന് കാലടി ശ്രീശങ്കരാചാര്യ സംസ്കൃത സർവ്വകലാശാലയിൽനിന്നും മലയാളത്തിൽ ഡോക്ടറേറ്റും നേടി. 1993 മുതൽ *മാതൃഭൂമി*യിൽ പത്രപ്രവർത്തകൻ.

നമ്മുടെ നാടോടിക്കഥകളും ഐതിഹ്യങ്ങളും, കടലോളം കഥകൾ, മലയാള സംഗീതനാടക ചരിത്രം, ഒരു മുഖം–ജനപ്രിയ നാടകവേദിയുടെ മിടിപ്പുകൾ, വടക്കൻപാട്ടുകൾ എന്നീ ബൃഹദ്ഗ്രന്ഥങ്ങളും *സ്നേഹച്ചന്ത* എന്ന കവിതാ സമാഹാരവും നൂറ്റി നാല്പത് ബാലസാഹിത്യകൃതികളും രചിച്ചു.

കേന്ദ്ര സാഹിത്യ അക്കാദമിയുടെ ബാലസാഹിത്യ അവാർഡ്, കേരള സാഹിത്യ അക്കാദമി അവാർഡ്, കേരള സംഗീതനാടക അക്കാദമി അവാർഡ് (രണ്ടുതവണ), കൽക്കത്ത ഭാരതീയ ഭാഷാപരിഷത്തിന്റെ യുവ പുരസ്കാരം, സംസ്ഥാന ബാലസാഹിത്യ ഇൻസ്റ്റിറ്റ്യൂട്ട് അവാർഡ് (രണ്ടുതവണ), ഭീമ അവാർഡ്, ചെറുകാട് അവാർഡ്, എസ് ബി ടി അവാർഡ്, മുംബൈ ലോക് കല്യാൺ മലയാളി അസോസിയേഷന്റെ അക്ഷരശ്രീ പുരസ്കാരം, അറ്റ്ലസ്-കൈരളി ബാലസാഹിത്യ പുരസ്കാരം, വി ടി പുരസ്കാരം, മസ്കറ്റ് ഇന്ത്യൻ കൾച്ചറൽ ഫോറത്തിന്റെ പ്രവാസ ബാലസാഹിത്യ പുരസ്കാരം, സംസ്ഥാന മാധ്യമ അവാർഡ്, വി കെ മാധവൻകുട്ടി സ്മാരക അവാർഡ്, തിരുവനന്തപുരം പ്രസ് ക്ലബ്ബിന്റെ ശിവറാം അവാർഡ്, ആർ കൃഷ്ണസ്വാമി അവാർഡ്, ശിശുക്ഷേമ സമിതി അവാർഡ്, ഫാ. കൊളംബിയർ അവാർഡ്, വിജിലന്റ് അവാർഡ്, ലയൺസ് ക്ലബ്ബ് അവാർഡ് എന്നിവയടക്കം അമ്പതോളം അവാർഡുകൾ ലഭിച്ചു.

ഇപ്പോൾ ബാലുശ്ശേരിയിൽ താമസം.

ഭാര്യ : ഇന്ദു

മക്കൾ : വൈശാഖൻ, നയനതാര

വിലാസം : ചീഫ് സബ് എഡിറ്റർ, മാതൃഭൂമി,
കെ പി കേശവമേനോൻ റോഡ്,
കോഴിക്കോട്-673 001

ഫോൺ : 0495-2366655. 9544246473

website : www.drksreekumar.com

e-mail : sreey2002@gmail.com

ഉള്ളടക്കം

പ്രസാധകക്കുറിപ്പ്

ബാലസാഹിത്യം ഏറ്റവും സൂക്ഷ്മത വേണ്ട ഒരു സാഹിത്യശാഖയാണ്. കുട്ടികൾക്കായി തയ്യാറാക്കപ്പെടുന്ന പല പുസ്തകങ്ങളും പുതിയ കാലത്തെ കുട്ടികളെയല്ല അഭിസംബോധന ചെയ്യുന്നത്. ബാലഭാവനയുണർത്തുന്ന കാല്പനിക ഭാവങ്ങളുടെ അതിഭാവുകത്വം പലപ്പോഴും ഭാരമായിത്തീരുന്നു. ഇതിൽനിന്നൊക്കെ വ്യത്യസ്തമാണ് ഡോ. കെ ശ്രീകുമാറിന്റെ രചനകൾ. ശ്രീകുമാറിന്റെ കഥകളിൽ കുട്ടികളെ നാം അവർ ജീവിക്കുന്ന ഇടങ്ങളിൽവച്ചാണ് കണ്ടുമുട്ടുന്നത്. സാധാരണക്കാരായ കുട്ടികൾ ജീവിതത്തിൽ അഭിമുഖീകരിക്കുന്ന ക്ലേശങ്ങളും ആഹ്ലാദങ്ങളുമാണ് കഥകളിൽ. മനുഷ്യനും മനുഷ്യനും തമ്മിലും മനുഷ്യനും പ്രകൃതിയും തമ്മിലുമുള്ള ബന്ധങ്ങൾ കുട്ടികളുടെ മനസ്സിൽ ചലനങ്ങൾ സൃഷ്ടിക്കും. ലളിതമായ ഭാഷയും സുഭഗമായ ആഖ്യാനവും കുട്ടികളെ ആകർഷിക്കും. നല്ല മനുഷ്യരാകാൻ ഈ കൃതി അവരെ സഹായിക്കും. മൂന്നാം പതിപ്പിനും വായനക്കാരുടെ പിന്തുണ ലഭിക്കുമെന്ന പ്രതീക്ഷയോടെ.

ചിന്ത പബ്ലിഷേഴ്സ്

‘നിറമുള്ള നന്മകളിലേക്ക്’

പ്രിയപ്പെട്ട കുട്ടികളേ,

ഇതാ നിങ്ങൾക്ക് മുപ്പത് കൊച്ചുകഥകൾ. ഇതിൽ ആനയും ആടും പശുവും തത്തമ്മയും കോഴിയും എലിയും ഓന്തുമൊക്കെയുണ്ട്. മുത്തച്ഛനും മുത്തശ്ശിയും അച്ഛനുമമ്മയും മാഷും ജ്യേഷ്ഠനും അനുജത്തിയും ചേച്ചിയും തെരുവുകുട്ടിയുമുണ്ട്. അവരുടെ ഒത്തിരി സ്നേഹവും ഇത്തിരി അസൂയയും ദേഷ്യവും പിണക്കവുമുണ്ട്. ദയയും കാരുണ്യവും സഹജീവിസ്നേഹവും സഹാനുഭൂതിയുമുണ്ട്. പുതിയകാലത്ത് നിങ്ങൾക്ക് നഷ്ടമായിക്കൊണ്ടിരിക്കുന്ന ഇത്തരം മൂല്യങ്ങൾ തിരിച്ചുപിടിക്കാൻ ഈ കഥകൾ ഒരു നിമിത്തമാവട്ടെ എന്നാഗ്രഹിക്കുന്നു.

പി കെ പാറക്കടവിനും പ്രതാപൻ തായാട്ടിനും സഗീറിനും നന്ദി. ഇപ്പോൾ ഈ പുസ്തകം പ്രസിദ്ധീകരിക്കുന്ന *ചിന്ത പബ്ലിഷേഴ്സി*നും എന്നോട് ഈ പുസ്തകം ആവശ്യപ്പെട്ട *ചിന്ത*യുടെ ചീഫ് എഡിറ്റർ സി പി അബൂബക്കറിനും എന്റെ വായനക്കാരായ എല്ലാ കുട്ടികൾക്കും മുന്നിലല്ലാതെ, എന്റെ നൂറ്റിനാല്പതാമത്തെ ബാലസാഹിത്യകൃതി ആർക്കു സമർപ്പിക്കാനാണ്!

ഈ പുസ്തകത്തിലെ *മഞ്ഞപ്പാവാട* എന്ന കഥ ഈ വർഷത്തെ മൂന്നാംക്ലാസിനുള്ള മലയാളപുസ്തകത്തിൽ ചേർത്തിട്ടുണ്ട്. അതിനു മുൻകൈയെടുത്ത പ്രിയസുഹൃത്തും ഗാനരചയിതാവുമായ രമേശ് കാവിലിനോടും പാഠപുസ്തക കമ്മിറ്റിയോടുമുള്ള കടപ്പാടും ഇവിടെ രേഖപ്പെടുത്തുന്നു.

സ്നേഹപൂർവ്വം,
ഡോ. കെ ശ്രീകുമാർ

മഞ്ഞപ്പാവാട

"**മോ**ളേ, വന്ന് ഊണുകഴിക്ക്." അമ്മ കെഞ്ചിപ്പറഞ്ഞു.

"എനിക്ക് മഞ്ഞപ്പാവാട വേണം." അവൾ വാശിപിടിച്ചു.

"വാങ്ങിത്തരാം. ഇപ്പോ ഊണു കഴിക്ക്." അമ്മ അവളെ സമാധാനിപ്പിച്ചു.

"എന്റെ പൊന്നുമോൾക്ക് അച്ഛൻ വാങ്ങിത്തരാം." അച്ഛനും പറഞ്ഞുനോക്കി.

"എനിക്ക് പാവാട നാളെത്തന്നെ വേണം. തരുോ?" അവൾ കരച്ചിലിന്റെ ശക്തി കുറച്ചു.

അച്ഛൻ അമ്മയുടെ മുഖത്ത് ദയനീയമായി നോക്കി.

"വാങ്ങിത്തരാം മോളേ, അച്ഛന്റടുത്ത് കാശുണ്ടാവട്ടെ..." അച്ഛന്റെ ശബ്ദം അല്പമിടറി.

അവളെ ചേർത്തുനിർത്തി നെറുകയിൽ തലോടിയപ്പോൾ അമ്മയുടെ കണ്ണും നനഞ്ഞു.

"നാളെ മോളുടെ പിറന്നാളല്ലേ? വന്ന് ഊണുകഴിക്ക്. പിറന്നാൾ തലേന്ന് വയറുവിശന്നു കിടക്കരുത്."

അമ്മ വീണ്ടും പറഞ്ഞു.

"പിറന്നാളിന് എനിക്ക് മഞ്ഞപ്പാവാടയിടണം. പാവാടയില്ലെ

ങ്കിൽ പിറന്നാളും വേണ്ട." അവൾ മുഖം വീർപ്പിച്ചു.

അമ്മ അച്ഛനെ നോക്കി. ആ നോട്ടം നേരിടാനാവാതെ അച്ഛൻ മുഖം തിരിച്ചു.

അവൾ അതു കണ്ടു.

"മോള് വാ. നാളെത്തന്നെ മോൾക്ക് പാവാട തരാം. മഞ്ഞപ്പാവാട ഇട്ടോണ്ടുതന്നെ മോൾക്ക് പിറന്നാളുകാരിയാവാം." തീരുമാനമെടുത്തതുപോലെ അമ്മ പറഞ്ഞു.

"സത്യായിട്ടും തര്വോ?" അവൾ തലയുയർത്തി നോക്കി.

"ങ്ും."

അമ്മയുടെ മൂളലിൽ സംശയത്തിന്റെ തെല്ലുപോലും ഉണ്ടായില്ല. അവളുടെ മുഖം തെളിഞ്ഞു. മുഖം തുടച്ച് അവൾ അടുക്കളയിലേക്കോടി. അവിടെ അമ്മ പിഞ്ഞാണത്തിൽ വിളമ്പിവെച്ച ചോറ് സ്വാദോടെ അകത്താക്കി.

അച്ഛനും അമ്മയും അത് നോക്കിനിന്നു.

ആ കാഴ്ച അവരെ ഏറെ സന്തോഷിപ്പിക്കാറുള്ളതാണ്.

എന്നാൽ, ഇന്നെന്തോ അതു കണ്ടിട്ടും അവർക്ക് ഭാവമാറ്റം ഉണ്ടായില്ല.

കയറുകട്ടിലിൽ കുറെനേരം കിടന്നിട്ടും അവൾക്ക് ഉറക്കം വന്നില്ല. കണ്ണടച്ചാലും തുറന്നാലും മുന്നിൽ പുത്തൻ മഞ്ഞപ്പാവാട മാത്രം. ഒരുപാടു കൊതിച്ച പാവാട തനിക്കു കിട്ടാൻ പോകുന്നു!

അവൾ സന്തോഷംകൊണ്ട് വിങ്ങിപ്പൊട്ടി.

മഞ്ഞപ്പാവാടയുമിട്ട് ഗമയിൽ വിലസുന്നത് മനസ്സിൽക്കണ്ട് അവൾ കണ്ണടച്ചുകിടന്നു.

അച്ഛനും അമ്മയും ഉറങ്ങിയിട്ടില്ല. അവരെന്തോ പതിഞ്ഞ സ്വരത്തിൽ സംസാരിക്കുന്നുണ്ട്. അവൾ കാതോർത്തു.

തന്റെ മഞ്ഞപ്പാവാടയെക്കുറിച്ചുതന്നെയാണ് അവരും പറയുന്നത്. പാവാട വാങ്ങാൻ പണമില്ലാത്തതിലാണ് അച്ഛന്റെ വിഷമം.

"നീയെന്തിനാ മോൾക്ക് വെറുതെ ആശ കൊടുത്തേ?" അച്ഛൻ ചോദിച്ചു.

"മോളുടെ വിഷമം കാണാൻ വയ്യാത്തോണ്ടാ." അമ്മയുടെ ശബ്ദം പതറി.

"ഇനി നാളെ അവളോടെന്തുപറയും?" അച്ഛൻ ചോദിച്ചു.

ഒന്നുംപറയാതെ അമ്മ എഴുന്നേറ്റു. ജനൽപ്പടിയിൽനിന്നും മൺകുടുക്കയെടുത്തു. അമ്മയ്ക്ക് കിട്ടുന്ന ചില്ലറപ്പൈസകൾ ഇട്ടുവെച്ചിരുന്ന മൺകുടുക്ക.

"എന്തിനാമ്മേ ഈ പൈസയൊക്കെ?" അവൾ ചോദിക്കാറുണ്ട്.

"അതോ? മോൾക്കൊരു അനിയനുണ്ടാവുമ്പോ അരഞ്ഞാണം വാങ്ങാനാ." അമ്മയുടെ മറുപടി ഇതാവും.

അമ്മ എന്തിനാ ഇപ്പോൾ കുടുക്കയെടുത്തത്?

"നീ എന്തുചെയ്യാൻ പോവ്വാ?" അച്ഛന് ഒന്നും മനസ്സിലായില്ല.

“വേണ്ട. മോളെ വിഷമിപ്പിക്കണ്ട. മോൾക്ക് പാവാടയ്ക്കുള്ള പൈസ ഇതിലുണ്ടാവും.” അമ്മ കുടുക്ക നിലത്തുടയ്ക്കാനായി ഉയർത്തി.

അവൾക്ക് സഹിക്കാവുന്നതിലപ്പുറമായിരുന്നു അത്. അവൾ ചാടിയെഴുന്നേറ്റ് അമ്മയുടെ അടുത്തേക്കോടി.

അമ്മയുടെ കൈത്തണ്ടയിൽ പിടിച്ച് അവൾ പൊട്ടിക്കരഞ്ഞു.

വിനോദയാത്ര

"**പ**റഞ്ഞില്ലേ ഞാൻ വരുന്നില്ലെന്ന്..."

അവന്റെ മുഖത്ത് അസ്വസ്ഥത പ്രകടമായി.

അറുത്തുമുറിച്ചുള്ള അവന്റെ വാക്കുകൾ കൂട്ടുകാരെ നിരാശരാക്കി. അവന്റെ മനസ്സുമാറ്റാൻ ഇനിയും ശ്രമിക്കുന്നതിൽ കാര്യമില്ലെന്ന് അവർക്കു തോന്നി.

"എന്നാൽ, നീ നിന്റെ ഇഷ്ടംപോലെയായിക്കോ." കൂട്ടുകാരിലൊരാൾ അവനോടു മുഖം വീർപ്പിച്ചു.

അവനൊന്നും മിണ്ടാതെ പഴകിയ പുസ്തകസഞ്ചി തോളിലിട്ട് ക്ലാസിൽനിന്നിറങ്ങി നടന്നു.

സംഗതിയിതാണ് -

നാലാംക്ലാസിലെ കുട്ടികൾ അടുത്ത ദിവസം വിനോദയാത്ര പോകുന്നു. പ്രകൃതിരമണീയമായ മലമ്പുഴ അണക്കെട്ടിലേക്കാണ് യാത്ര.

അണക്കെട്ട്, പൂങ്കാവനം, യക്ഷിയുടെ കൂറ്റൻ പ്രതിമ, റോപ്പ്‌വേയിലൂടെ ഒരു ആകാശസഞ്ചാരം...

അദ്ധ്യാപകന്റെ വിശദീകരണം കുട്ടികളെയെല്ലാം ഹരം പിടിപ്പിച്ചു. മലമ്പുഴ അണക്കെട്ടിനെക്കുറിച്ച് പഠിക്കാനുമുണ്ടവർക്ക്.

വിനോദയാത്ര പോകാൻ താല്പര്യമുള്ളവർ ഇന്നദിവസത്തിനകം പണമടച്ച് പേരുനല്കണമെന്ന് അദ്ധ്യാപകൻ ഓർമ്മിപ്പിച്ചു. കുട്ടികൾ മത്സരിച്ച് പേരുനല്കി.

അവനൊരാളൊഴികെ മറ്റെല്ലാവരും വിനോദയാത്രയ്ക്കുണ്ട്.

അത് അവരുടെ സന്തോഷം കെടുത്തി.

ക്ലാസിലെ ഏറ്റവും മിടുക്കനായ കുട്ടിയാണവൻ. പഠിക്കാൻ, പാട്ടുപാടാൻ, ചിത്രം വരയ്ക്കാൻ, ഓടാനും ചാടാനും... അങ്ങനെയെല്ലാറ്റിനും ഒന്നാമൻ. എല്ലാവർക്കും അവനോട് വലിയ ഇഷ്ടവുമാണ്.

അങ്ങനെയുള്ള അവനെക്കൂടാതെ എന്തു വിനോദയാത്ര?

"നീയെന്താ ഞങ്ങൾക്കൊപ്പം വരാത്തേ?"

"നിനക്ക് മലമ്പുഴ കാണാൻ ഇഷ്ടമല്ലേ?"

"നിനക്കെന്തെങ്കിലും വയ്യായ്കയുണ്ടോ?"

അവർ മാറിമാറി ചോദിച്ചു. അതിനെല്ലാം അവന് ഒരൊറ്റ മറുപടിയേ ഉണ്ടായിരുന്നുള്ളൂ.

"ഞാൻ വരുന്നില്ല, അത്രതന്നെ!"

അദ്ധ്യാപകർ പലകുറി ചോദിച്ചിട്ടും അവനാ പല്ലവി ആവർത്തിക്കുകയാണുണ്ടായത്.

വീട്ടിലേക്ക് നടക്കുമ്പോൾ ഈ സംഭവങ്ങൾ ഒന്നൊന്നായി അവന്റെ മനസ്സിൽ തെളിഞ്ഞുവന്നു. വേദനയോടെ അവനോർത്തു.

മലമ്പുഴ കാണാൻ തനിക്കാഗ്രഹമില്ലെന്നോ!

ഒരു നൂറുവട്ടം ഉണ്ടെന്നു പറയാൻ തോന്നിയിട്ടും മനഃപൂർവ്വം പറയാതിരുന്നതാണ്. അതിന് വ്യക്തമായ കാരണവുമുണ്ട്.

മഴയൊന്നു കനത്താൽ മേല്ക്കൂരയിലെ വിടവുകളിലൂടെ വെള്ളം അകത്തെത്തുന്ന കൊച്ചുവീട്. അവിടെ തനിക്ക് പുസ്തകവും കുപ്പായവും അരവയറെങ്കിലും ആഹാരവും തരാൻ വല്ലാതെ കഷ്ടപ്പെടുന്ന അമ്മ. അസുഖങ്ങൾക്കിടയ്ക്കും മറ്റുള്ളവരുടെ മുഷിഞ്ഞ തുണികൾ അലക്കിക്കൊടുത്ത് കിട്ടുന്ന ചെറിയ പ്രതിഫലത്താൽ രണ്ടറ്റവും കൂട്ടിമുട്ടിക്കാൻ അമ്മപെടുന്ന പാട് തനിക്കേ അറിയൂ.

അതിനിടയിലാണ് വിനോദയാത്രയ്ക്ക് പണം ചോദിക്കേണ്ടത്!

അറിഞ്ഞാൽ അമ്മയ്ക്ക് വിഷമമാവും. പിന്നെ, പണത്തിനുള്ള നെട്ടോട്ടമായിരിക്കും. ദേഹം നോക്കാതെ കൂടുതൽ പണി ചെയ്തോ, ആരോടെങ്കിലും കടം വാങ്ങിയോ ഒക്കെ അമ്മ എവി

ടെനിന്നെങ്കിലും പണം സമ്പാദിക്കും. അമ്മയ്ക്ക് വയ്യാതാവാൻ അത്രയും മതി. കടം വാങ്ങിയ പണം തിരിച്ചുകൊടുക്കുന്നതിന്റെ ആധിയാവും ആ മനസ്സിൽ.

വേണ്ട. അങ്ങനെ തനിക്ക് മലമ്പുഴ കാണണ്ട!

പണമില്ലാത്തതുകൊണ്ടാണ് താൻ വരാത്തതെന്ന് പറയാനും വയ്യ. സ്വന്തം ഇല്ലായ്മകൾ മറ്റുള്ളവരോട് പറയരുതെന്ന് അമ്മ പറഞ്ഞിട്ടുണ്ട്. മാത്രമല്ല, അതറിഞ്ഞാൽ ചിലപ്പോൾ അദ്ധ്യാപകരോ കൂട്ടുകാരോ പണം പിരിച്ചുതരാനിടയുണ്ട്.

അതും വേണ്ട.

തല്ക്കാലം മോഹങ്ങൾ തന്റെ മനസ്സിൽത്തന്നെ കെട്ടടങ്ങട്ടെ.

ഇങ്ങനെ ഓരോന്നോർത്ത് വീട്ടുപടിക്കലെത്തിയ അവൻ അമ്പരന്നുപോയി. വീട്ടുമുറ്റത്ത് അമ്മ ഇട്ടുകൊടുത്ത മരബെഞ്ചിൽ പ്രധാന അദ്ധ്യാപകനും മറ്റ് അദ്ധ്യാപകരും ഇരിക്കുന്നു. അമ്മ അവരോടെന്തോ പറയുന്നുമുണ്ട്.

അവൻ ആകാംക്ഷയോടെ അങ്ങോട്ടു നടന്നു.

അമ്മയുടെ കൈയിൽ നൂറിന്റെ കുറെ പുത്തൻ നോട്ടുകൾ! അദ്ധ്യാപകർ കൊടുത്തതാണ് അതെന്നുറപ്പ്. ഇത്രയും നോട്ടുകൾ അമ്മ ഒരുമിച്ച് ഇതുവരെ കണ്ടിട്ടുണ്ടാവില്ല. അവൻ അമ്പരന്നു നില്ക്കെ, പ്രധാനാദ്ധ്യാപകൻ എഴുന്നേറ്റ് അവന്റെ തോളിൽത്തട്ടിപ്പറഞ്ഞു:

“മോനേ, ഇതു നിനക്ക് അർഹതപ്പെട്ട പണമാണ്. മൂന്നാം ക്ലാസിൽ ഏറ്റവും കൂടുതൽ മാർക്കുവാങ്ങിയ കുട്ടിക്ക് സ്കൂളിന്റെ മാനേജർ ഏർപ്പെടുത്തിയ സ്കോളർഷിപ്പ്. ഇത് അമ്മയെ നേരിട്ടേല്പിക്കാനാണ് ഞങ്ങൾ വന്നത്.”

അതുകേട്ടപ്പോൾ അവന്റെയോ അമ്മയുടെയോ കണ്ണുകൾ കൂടുതൽ നിറഞ്ഞതെന്ന് പറയാനാവില്ല.

അദ്ധ്യാപകർ യാത്രപറഞ്ഞിറങ്ങി. അപ്പോഴവന്റെ മനസ്സിൽ മലമ്പുഴയിലെ നിറമുള്ള കാഴ്ചകൾ ഒന്നൊന്നായി തെളിഞ്ഞു മറഞ്ഞുകൊണ്ടിരുന്നു.

സന്തോഷത്താൽ തുള്ളിച്ചാടണമെന്നു തോന്നി അവന്. എന്നാലപ്പോൾ അതിന്റെ എത്രയോ ഇരട്ടി സന്തോഷം തിളച്ചുമറിയുകയായിരുന്നു അമ്മയുടെ മനസ്സിൽ!

കുഞ്ഞനിയത്തി

ഓർക്കുന്തോറും അവന്റെ വിഷമം കൂടി.

ഇന്നലെയോ ഇന്നോ തോന്നിത്തുടങ്ങിയതല്ല. ആർക്കും ഇപ്പോൾ തന്നെ വേണ്ട. അച്ഛനുമമ്മയ്ക്കും മുത്തശ്ശനും മുത്തശ്ശിക്കുമൊക്കെ വാവക്കുട്ട്യേ മതി.

അവൾ ഇളംചുണ്ടു വിടർത്തിയൊന്നു ചിരിച്ചാൽ, അവളുടെ കണ്ണൊന്നു നനഞ്ഞാൽ, വിളക്കുകരി വെളിച്ചെണ്ണയിൽ ചാലിച്ചു കണ്ണെഴുതുമ്പോൾ അവൾക്കിത്തിരി നീറിയാൽ...

പിന്നെ പറയ്യേ വേണ്ട.

"ന്റെ മോളൂട്ടിക്കെന്താ പറ്റ്യേ"

"അമ്മേടെ വാവക്കുട്ട്യല്ലേ?"

"മുത്തശ്ശന്റെ പൊന്നുങ്കൊടോല്ലേ?"

"മുത്തശ്ശീടെ മുത്തല്ലേ?"

ഇങ്ങനെ നീളും ഓരോരുത്തരുടെ പുന്നാരിക്കൽ.

ഇവിടൊരാള് മുറ്റത്ത് ഓടിക്കളിച്ച്, ചരലിലുവീണ് മുട്ടിലെ തൊലിയുടെ ഒരുഭാഗംതന്നെ പോയാലും ആർക്കാ ചേതം? അലറിവിളിച്ച് മറ്റുള്ളവരുടെ ചെവി പൊട്ടിയാൽ മാത്രം ആരെങ്കിലും എന്താന്നു ചോദിച്ചാലായി. നന്നായി നീറുന്ന മരുന്ന് മുറിവിൽവെച്ച് അമർത്തുമ്പോഴും കുറ്റം തനിക്കു മാത്രമാവും.

"ചെക്കന്റൊരു വികൃതി നോക്ക്യേ! ഇപ്പഴും ചെറ്യേ

കുട്ട്യാന്നാ ഭാവം.”

അച്ഛന്റെ കുറ്റപ്പെടുത്തലിന് അമ്മ മൗനംകൊണ്ട് പിന്തുണ നല്കും.

“ലാളിച്ച് വഷളാക്ക്യേന്റ്യാ”

അതിന് എരിവുകൂട്ടാൻ മുത്തശ്ശിയുമുണ്ടാവും.

ഇവർക്കൊക്കെ ഇപ്പഴാ വല്യഭാവം വന്നേ. മുമ്പൊക്കെ 'കണ്ണേ, കരളേ' എന്നെല്ലാം വിളിച്ച് തന്റെ പുറകെയായിരുന്നല്ലോ എല്ലാവരും!

അനിയത്തി വന്നപ്പോൾ ആർക്കും വേണ്ടാതായി, തന്നെ.

അവന് കരച്ചിൽ വന്നു.

അമ്മ അടുക്കളയിലാണ്. അനിയത്തിയെ കുളിപ്പിച്ച്, അമ്മിഞ്ഞ കൊടുത്ത് കിടത്തിയുറക്കിയതേയുള്ളൂ. അവളുണരുമ്പോഴേക്കും ഇങ്കു കുറുക്കണം. ഉണർന്നാലുടനെ അവൾ വാശി തുടങ്ങും. പിന്നെ, അമ്മയുടെ മടിയിൽക്കിടന്ന് വയറു നിറച്ചും കുറുക്കു കഴിച്ചാലേ അവളടങ്ങൂ.

ഓ, ഒരു വാശിക്കാരി!

അവളുടെ താളത്തിനു തുള്ളാൻ ബാക്കിയുള്ളവരും.

അവനവളോട് വല്ലാത്ത ദേഷ്യം തോന്നി.

തനിക്കു കിട്ടിയിരുന്ന ലാളനകളെല്ലാം തട്ടിയെടുക്കാനായി ജനിച്ചവൾ...

അവൻ അകത്തേക്ക് നോക്കി.

അടുത്തെങ്ങും ആരുമില്ല. മുറിയിലെ പതുപതുത്ത വിരിപ്പിൽ കിടന്നുറങ്ങുന്നു അവൾ.

ആ മുഖത്ത് ഇപ്പോഴുമുണ്ട് നേരിയ പൂപ്പുഞ്ചിരി.

അവൾ തന്നെ കളിയാക്കി ചിരിക്കുകയാണെന്ന് അവനു തോന്നി. അവന്റെ ദേഷ്യം ഇരട്ടിച്ചു.

അവളുടെയൊരു ചിരി!

അവളെ കിടക്കയിൽനിന്നു വലിച്ച് താഴെയിടണം. അവൾ കരയുമ്പോൾ അച്ഛനുമമ്മയും മുത്തശ്ശനും മുത്തശ്ശിയുമൊക്കെ വിഷമിക്കും. അതിനു തനിക്കെന്താ? അവര് വിഷമിച്ചോട്ടെ. തന്നെ ഒരുപാട് വേദനിപ്പിച്ചതല്ലേ?

അവനെഴുന്നേറ്റ് അവളുടെയടുത്തേക്ക് നടന്നു.

അനിയത്തിയുടെ മുഖത്ത് അപ്പോഴും മായാത്ത പുഞ്ചിരിയുണ്ട്.

അവനാ മുഖത്തേക്ക് ദേഷ്യത്തോടെ നോക്കി. അപ്പോഴാണ് അവനതു കണ്ടത്.

കിടക്കവിരിപ്പിലൂടെ അവളുടെ ദേഹത്തേക്ക് ഇഴഞ്ഞുകയറുന്ന പഴുതാര...!

അവനൊന്നു ഞെട്ടി.

ആ പഴുതാരയിപ്പോൾ തന്റെ കുഞ്ഞനിയത്തിയുടെ കുരുന്നുകവിളിൽ...

കൂടുതലൊന്നും ആലോചിക്കാതെ അവനാ പഴുതാരയെ കൈകൊണ്ടു തട്ടിനീക്കി. അതിനുമുമ്പേ പഴുതാര അവന്റെ കൈവെള്ളയിൽ കടിച്ചു.

“ഹൗ!”

അവൻ കൈ കുടഞ്ഞു.

“എന്താ മോനേ?”

ശബ്ദം കേട്ടെത്തിയ അമ്മ ചോദിച്ചു.

“ങ്ഹും, ഒന്നൂല്യ.”

നിലത്തുവീണ പഴുതാരയെ കാലുകൊണ്ടു ഞെരിച്ചമർത്തി അവൻ പറഞ്ഞു.

“മോനേ, നിന്നെ പഴുതാര കടിച്ചോ?” പരിഭ്രമത്തോടെ അമ്മ ചോദിച്ചു.

“ഇല്ല്യ” അവൻ മനഃപൂർവ്വം കള്ളം പറഞ്ഞു.

“തേവര് കാത്തു.”

അമ്മ അവനെ ചേർത്തുനിർത്തി നെറുകയിൽ ഉമ്മവച്ചു.

പൂക്കളുള്ള പതുപതുത്ത വിരിപ്പിൽ കുഞ്ഞനിയത്തി സുഖമായി ഉറങ്ങുന്നു.

‘പാവം!’ അവൻ സ്വയം പറഞ്ഞു.

പൂത്തുമ്പി

എത്രപറഞ്ഞാലും തലയിൽ കയറാത്ത കുരുത്തംകെട്ട കുട്ടികളാണ്.

"എന്റീശ്വരാ, ഇവരെക്കൊണ്ടു ഞാൻ തോറ്റല്ലോ" എന്ന് നാഴികയ്ക്ക് നാല്പതുവട്ടം ഉരുവിടും, ക്ലാസ് ടീച്ചർ.

ക്ലാസിലെ പിൻബെഞ്ചിലിരിക്കുന്നത് അഞ്ചാറ് ആൺകുട്ടികളാണ്. ക്ലാസിൽ ശ്രദ്ധിച്ചിരിക്കുന്ന സ്വഭാവമേ അവർക്കില്ല. അതു സാരമില്ലെന്നു വയ്ക്കാം. മറ്റു കുട്ടികളുടെ പഠനംകൂടി മുടക്കാൻ നോക്കിയാലോ?

അവരുടെ തോന്നിയവാസത്തിനൊക്കെ പിന്തുണ കൊടുക്കാൻ രണ്ടുമൂന്നു പെൺകുട്ടികളുമുണ്ട് ക്ലാസിൽ.

എന്നും ഓരോ പരാതികളാണ് ഈ വികൃതിപ്പിള്ളേരെപ്പറ്റി.

ബെഞ്ചിന്റെ കാലിളക്കിവെച്ചു.

ഡസ്റ്റർ വെള്ളത്തിൽ കുതിർത്തുവച്ചു.

മുൻബെഞ്ചിലെ കുട്ടിയുടെ വെള്ള യൂണിഫോം ഷർട്ടിൽ മഷികുടഞ്ഞു.

ചവച്ച ബബിൾഗം മറ്റു കുട്ടികളുടെ സീറ്റിൽ ഒട്ടിച്ചു...!

ഇതൊക്കെ അവരുടെ കുറുമ്പുകളിൽ ചിലതുമാത്രം.

അടിച്ചും ദേഷ്യപ്പെട്ടും ഉപദേശിച്ചുമൊക്കെ ടീച്ചർക്കു മടുത്തു. അവരെ തല്ലി എത്രയോ ചൂരലുകൾ നടുക്കുവെച്ച് ഒടി

ഞ്ഞതും അവരോടു പറഞ്ഞുപറഞ്ഞ് ടീച്ചറുടെ നാവിലെ വെള്ളം വറ്റിയതും മാത്രം മിച്ചം!

'ഞങ്ങളെ തല്ലണ്ടമ്മാവാ, നേരെയാവില്ലെ'ന്ന മട്ടിൽ അവരുടെ വികൃതികൾ തുടർന്നുകൊണ്ടേയിരുന്നു.

ഇന്നത്തെ കഥ കേൾക്കണോ?

വളഞ്ഞ കമാനമുള്ള സ്കൂൾ കവാടവും കടന്ന് അവൾ ക്ലാസിലേക്ക് കയറാൻ ഭാവിക്കുമ്പോഴാണ് അതു കണ്ടത്.

ക്ലാസിനു പുറത്ത് വികൃതിപ്പിള്ളേരെല്ലാമുണ്ട് വട്ടമിട്ടു നില്ക്കുന്നു.

അവരെന്തോ ചെയ്യുകയും പൊട്ടിച്ചിരിക്കുകയും ചെയ്യുന്നുണ്ട്.

അതെന്താണെന്നറിയാൻ അവൾക്ക് കൗതുകമായി.

ബെല്ലടിക്കാൻ ഇനിയുമുണ്ട് നേരം. അവൾ അങ്ങോട്ടു നടന്നു.

ആർത്തട്ടഹസിക്കുന്ന വികൃതിപ്പിള്ളേർക്കിടയിലൂടെ അവൾ ആ കാഴ്ച കണ്ടു.

ഒരു പാവം പൂത്തുമ്പിയെ അവരൊരു നൂലിൽ കെട്ടിയിട്ട്, അതിനെക്കൊണ്ട് കല്ലെടുപ്പിക്കുന്നു!

അവരിലൊരുവന്റെ കൈവെള്ളയിലാണ് ചെറുകല്ലുകൾ.

പാവം തുമ്പി!

നൂലിന്റെ കെട്ടു മുറുകി, അസഹ്യമായ വേദനയോടെ ഞെരിപിരികൊള്ളുകയാണ് അത്. വാലിലാണ് കടുംകെട്ട്. ആ മരണവേദനയ്ക്കിടയിൽ അതെന്തൊക്കെയോ കാട്ടുകയും ചിറകുകൾ വേഗത്തിൽ ചലിപ്പിക്കുകയും ചെയ്യുന്നു.

ഇതൊക്കെ കണ്ടാണ് തുമ്പി കല്ലെടുക്കുകയാണെന്ന് അവർ കരുതുന്നത്.

"നിങ്ങളെന്തിനാ ഈ പാവത്തിനെ ഇങ്ങനെ കൊല്ലാക്കൊല ചെയ്യുന്നത്?" അവൾ തുറന്നടിച്ചു ചോദിച്ചു.

അവൾ ക്ലാസിലെ പഠിക്കുന്ന കുട്ടിയായതിനാലും പലപ്പോഴും തങ്ങൾക്കെതിരെ അദ്ധ്യാപികയോടു പരാതിപ്പെട്ടിട്ടുള്ളതിനാലും ഒട്ടും മയമില്ലാതെയായിരുന്നു അവരുടെ മറുപടി.

"ഞങ്ങളേ, ഞങ്ങൾക്കിഷ്ടമുള്ളതു ചെയ്യും. നീയാരാ ചോദിക്കാൻ?"

അവർ വീണ്ടും പൊട്ടിച്ചിരിച്ച് തുമ്പിയെക്കൊണ്ട് കല്ലെടുപ്പിക്കാൻ തുടങ്ങി.

അവൾ കരഞ്ഞുകൊണ്ട് തിരിച്ചുപോയി.

കുറച്ചുനേരം കഴിഞ്ഞ് വികൃതിപ്പിള്ളേർ അവിടെ വിട്ടുപോയി. അവൾ വീണ്ടും ചെന്നു നോക്കിയപ്പോഴാണ് പാവം പൂത്തുമ്പി ചാവാറായി തറയിൽ കിടക്കുന്നു! അതിന്റെ ചിറകുകൾ ചെറുതായി അനങ്ങുന്നുണ്ട്.

അവൾ കുനിഞ്ഞ് തുമ്പിയെ കൈയിലെടുത്തു. അതിന്റെ വാലിൽ കെട്ടിയ നൂൽ അഴിക്കാൻ ശ്രമിച്ചതും വാലൊടിഞ്ഞു. പിന്നെയവൾ അതിനെ കൈവെള്ളയിൽ വെച്ച് ഊതിയൂതി...

അധികം കഴിയും മുമ്പേ തുമ്പി പതുക്കെ ചിറകു വിടർത്തി കൈവെള്ളയിൽനിന്നും പറന്നുയർന്നു.

പറന്നുപറന്ന് അതവളുടെ കാഴ്ചയിൽനിന്നും മറഞ്ഞു.

സമാധാനത്തോടെയാണ് അവൾ ക്ലാസിലേക്ക് മടങ്ങിയത്.

മലയാളവും ഇംഗ്ലീഷും കണക്കും സാമൂഹ്യപാഠവുമൊക്കെയായി ഓരോ പീര്യേഡു കഴിയുമ്പോഴും അവളുടെ മനസ്സുനിറയെ പറന്നുയരുന്ന തുമ്പി മാത്രമായിരുന്നു.

വീട്ടിലെത്തി പഠനവും അത്താഴവും കഴിഞ്ഞ് അമ്മയ്ക്ക് പൊന്നുമ്മ കൊടുത്ത് ഉറങ്ങാൻ കിടന്നപ്പോഴും പൂത്തുമ്പി അവളെ വിട്ടുപോയിരുന്നില്ല.

ആ രാത്രി അവളൊരു സ്വപ്നം കണ്ടു.

നക്ഷത്രങ്ങൾ നിറഞ്ഞ തെളിഞ്ഞ മാനം. കിടക്കയ്ക്കരികിലുള്ള തുറന്നിട്ട ജനലിലൂടെ അകത്തേക്ക് പറന്നടുക്കുന്ന പൂത്തുമ്പികൾ!

ഒന്നോ രണ്ടോ അല്ല, എണ്ണിയാൽ തീരാത്തത്ര. പല നിറത്തിലും വലുപ്പത്തിലുമുള്ളവ. അവ അവൾക്കുചുറ്റും ആർത്തു പറന്നങ്ങനെ...

അവയിൽ ചിലതിന് വികൃതിപ്പിള്ളേരുടെ മുഖച്ഛായയുണ്ടെന്നു തോന്നി, അവൾക്ക്.

പിറ്റേന്നുണരുംവരെ അവളുടെ മനസ്സിലും സ്വപ്നത്തിലും പൂത്തുമ്പികൾ ചിറകുവിരിച്ച് പറന്നുകൊണ്ടേയിരുന്നു...!

അംഗീകാരം

തിളങ്ങുന്ന പട്ടുറിബണിൽ തൂങ്ങിയ സ്വർണ്ണമെഡൽ കഴുത്തിലിട്ട് വേദിയിൽ നിന്നപ്പോൾ അവന് വല്ലാത്ത ഭാരം തോന്നി.

ചുറ്റും സഹപാഠികളുടെ നിർത്താത്ത കൈയടി.

"അഭിനന്ദനങ്ങൾ!"

പ്രധാനാദ്ധ്യാപകൻ അവന്റെ തോളിൽത്തട്ടിപ്പറഞ്ഞു.

അവന്റെ കണ്ണുകൾ ക്ലാസിലെ പെൺകുട്ടികളുടെ നിരയിലേക്ക് നീണ്ടു. ആ നിരയുടെ മുന്നിൽത്തന്നെ തലകുനിച്ച് അവൾ...

അസംബ്ലിയിലും ക്ലാസിലും മുമ്പൊരിക്കലും അവൾ അങ്ങനെയായിരുന്നില്ല; എപ്പോഴും നല്ല പ്രസരിപ്പോടെ...

അവളിപ്പോൾ കരയുന്നുണ്ടാവുമോ?

അറിയില്ല.

മുഖമുയർത്താതെ അവൻ വേദിയുടെ പടവുകളിലേക്കിറങ്ങി സഹപാഠികൾക്കിടയിൽ ചെന്നുനിന്നു. അവനെ അഭിനന്ദിച്ചുകൊണ്ടുള്ള കൈയടികൾ അപ്പോഴും നിലച്ചിരുന്നില്ല.

ആ പെൺകുട്ടിയുടെ മുഖം മാത്രമായിരുന്നു അവന്റെ മനസ്സിൽ അപ്പോൾ.

നല്ല വിഷമമുണ്ടാവും അവൾക്ക്. കഴിഞ്ഞ മൂന്നുവർഷവും ഈ സ്വർണ്ണമെഡൽ അവളുടെ കഴുത്തിലല്ലേ കിടന്നിരുന്നത്. ഓരോ തവണയും മെഡലണിഞ്ഞ് സ്കൂളിലങ്ങുമിങ്ങും ഒരു

പൂമ്പാറ്റയെപ്പോലെ പാറിനടന്ന്...

ശരിക്കുമൊരു മിടുക്കിക്കുട്ടി!

അതിവിടത്തെ നിയമമാണ്. വർഷംതോറും നടത്തുന്ന ചിത്ര രചനാമത്സരത്തിൽ സമ്മാനം കിട്ടുന്ന കുട്ടി മൂന്നുനാൾ മെഡൽ കഴുത്തിലണിയണം. സ്കൂളിലെ ഏറ്റവും വലിയ അംഗീകാരം കൂടിയാണത്.

ഇനി മൂന്നുദിവസം താനും അതുപോലെ...

എല്ലാവരുടെയും ശ്രദ്ധാകേന്ദ്രമായി...

അവൻ തന്റെ കഴുത്തിൽ തൂങ്ങുന്ന സ്വർണ്ണമെഡലിലേക്ക് നോക്കി.

സന്തോഷമല്ല, വെറുപ്പാണപ്പോൾ തോന്നിയത്.

"മിടുക്കൻ!"

"വെറും മിടുക്കനല്ല, മിടുമിടുക്കൻ!"

"അവളുടെ പവറു കുറച്ചല്ലോ. അതേതായാലും നന്നായി!"

അടുത്തുനിന്ന കൂട്ടുകാർ ശബ്ദം താഴ്ത്തിപ്പറഞ്ഞു.

അവൻ വീണ്ടും തലചെരിച്ചുനോക്കി.

മുഖം കുനിച്ച്, അവൾ അതേ നില്പുതന്നെ...

അവന്റെ ഹൃദയം വിങ്ങി. തലയ്ക്ക് വല്ലാത്തൊരു പെരുപ്പു പോലെ. നിന്ന നില്പിൽ കാലുകൾ കുഴയുന്നു.

കൂട്ടുകാരുടെ ഓരോ വാക്കും ശൂലമുനപോലെ ദേഹത്ത് കുത്തിക്കയറുന്നു.

അവൻ ഓർക്കുകയായിരുന്നു.

സ്കൂൾ ഓഡിറ്റോറിയത്തിൽ ഏതാനും ദിവസംമുമ്പ് നടന്ന വാശിയേറിയ മത്സരം.

നൂറോളം വിദ്യാർത്ഥികൾ നിറക്കൂട്ടുകളിൽ തീർത്ത പ്രകൃതിദൃശ്യങ്ങൾ.

ആത്മവിശ്വാസത്തോടെയാണ് അവൻ വരച്ചുതുടങ്ങിയത്. മനോഹരമായ ഒരു ഗ്രാമത്തിന്റെ ദൃശ്യം. പുഴയും തെങ്ങും തോണിയിലെ യാത്രക്കാരും...

ആകെക്കൂടി പൂർണ്ണതയുള്ള ചിത്രം.

മത്സരത്തിന്റെ സമയം കഴിഞ്ഞതും കുട്ടികളിൽനിന്നും ചിത്രങ്ങൾ വാങ്ങി അടുക്കിവയ്ക്കാനുള്ള ചുമതല അവനായി. ചിത്രങ്ങളോരോന്നും ഒന്നിനുമീതെ ഒന്നായി അടുക്കിയപ്പോൾ

അവന്റെ ആത്മവിശ്വാസം ഇരട്ടിച്ചു. സമ്മാനം തനിക്കുതന്നെ യെന്നുറപ്പിച്ചു.

എന്നാൽ, ഏറ്റവുമൊടുവിൽ അവളുടെ ചിത്രം കണ്ടതും അവൻ തളർന്നു.

സൂര്യോദയവും പുൽനാമ്പിലെ മഞ്ഞുതുള്ളിയും പുഴയോ രവുമെല്ലാം ചേർന്ന്...

പ്രകൃതിയെ അപ്പടി ഒപ്പിയെടുത്ത് കടലാസിൽ പതിച്ചപോ ലെ...!

ഒരു ഭ്രാന്തുപോലെയായിരുന്നു പിന്നീട് നടന്നതെല്ലാം.

ആരും കാണാതെ അവൻ ബ്രഷിന്റെ തുമ്പുകൊണ്ട് ആ ചിത്രത്തിൽ തലങ്ങും വിലങ്ങും മൂന്നുനാലുതവണ വരച്ചു. പിന്നെ, മറ്റു ചിത്രങ്ങൾക്കിടയിൽ അവളുടെ ചിത്രം തിരുകിവെച്ച് മാഷെ ഏല്പിച്ചു. പുറത്തേക്കൊരു നടത്തമായിരുന്നു പിന്നീട വൻ.

അതുകൊണ്ട്... അതുകൊണ്ടുമാത്രം ഇന്നീ മെഡൽ തന്റെ കഴുത്തിൽ...

അവൻ കുറ്റബോധംകൊണ്ട് പുളഞ്ഞു.

കൂട്ടുകാരെയെല്ലാം അമ്പരപ്പിച്ചുകൊണ്ട് അവൻ വീണ്ടും വേദിയിലേക്ക് ഓടിക്കയറി. കഴുത്തിലെ മെഡലൂരി പ്രധാനാദ്ധ്യാപകനു നീട്ടി. പെട്ടെന്നവൻ പൊട്ടിക്കരഞ്ഞുപോയി. പ്രധാനാദ്ധ്യാപകൻ കാര്യമെന്തെന്നു മനസ്സിലാവാതെ അവന്റെ മുഖത്തേക്ക് നോക്കിനിന്നു. കരച്ചിലിനിടെ അവൻ ഒരുവിധം പറഞ്ഞൊപ്പിച്ചു.

"വേണ്ട, എനിക്കിതിന് അർഹതയില്ല. ഇത് ആ കുട്ടിക്ക് അർഹതപ്പെട്ടതാണ്."

അവൻ വിരൽചൂണ്ടിയ ഭാഗത്തേക്ക് നോക്കി എല്ലാവരും ഞെട്ടിത്തരിച്ചുനിന്നു. എങ്ങും സൂചി വീണാൽ കേൾക്കുന്നത്ര നിശ്ശബ്ദത!

അപ്പോൾ അവൻ കണ്ണീർപ്പാടയ്ക്കിടയിലൂടെ കണ്ടു, അവൾ മുഖമുയർത്തിയിട്ടുണ്ട്.

അവന്റെ നെഞ്ചിലെ ഭാരം അലിഞ്ഞില്ലാതായി. എന്തെന്നില്ലാത്ത ഒരാശ്വാസം അവനപ്പോഴറിഞ്ഞു.

പട്ടം

വർണ്ണക്കടലാസിന്റെ അവസാന മൂലയും മടക്കിവെച്ച് പശ തേച്ചു.

അമ്മയുടെ തയ്യൽമെഷീന്റെ ചുവട്ടിലുള്ള വലയിൽനിന്നും അതിസാഹസികമായി കൈക്കലാക്കിയ നൂലുണ്ടയും കീശയിലിട്ട് അവൻ പട്ടവുമായി പുറത്തേക്കോടി.

യുദ്ധവിമാനം നിർമ്മിച്ച വിദഗ്ദ്ധന്റെ ഭാവമായിരുന്നു ആ മുഖത്തപ്പോൾ!

ഉച്ചിയിൽ കയറിനിന്നാൽ നാടുമുഴുവൻ കാണാവുന്ന മൊട്ടക്കുന്നിലെത്താൻ ഇനിയും കുറേദൂരം നടക്കണം. നിഴൽ ചാഞ്ഞിട്ടുണ്ട്. വെയിൽ പോയിട്ടില്ലെങ്കിലും കുന്നിൻമുകളിൽ ഇപ്പോഴേ പിള്ളേരുടെ പട നിരന്നിട്ടുണ്ടാവും. മിക്കവർക്കുമുണ്ട് സ്വന്തമായി ഒരു പട്ടമെങ്കിലും.

പലപ്പോഴും അവന് തോന്നിയതാണ്, ഒരു പട്ടത്തിന്റെ ഉടമയാവണമെന്ന്. ആ ആഗ്രഹം പക്ഷേ, സാധിച്ചത് ഇപ്പോഴാണ്.

കുന്നുകയറാൻ തുടങ്ങുംമുമ്പേ കണ്ടു, മാനത്ത് മത്സരിച്ചു പറക്കുന്ന പട്ടങ്ങൾ—

ഒന്നുംരണ്ടുമല്ല, എണ്ണമറ്റ വർണ്ണപ്പറവകൾ!

ചെറുതും വലുതും ഇടത്തരവും ചുവപ്പും പച്ചയും കടും നീലയുമായി പല വലുപ്പത്തിലും പല നിറങ്ങളിലുമുള്ളവ.

നിറങ്ങൾ കൂടിക്കലർന്നിങ്ങനെ പറക്കുന്നതുകാണാൻ

എന്തു രസം!

കുത്തനെയുള്ള കയറ്റമാണെങ്കിലും പട്ടം പറത്താനുള്ള ഉത്സാഹംകൊണ്ട് അവൻ വേഗം മുകളിലെത്തി.

കീശയിൽനിന്നും നൂലുണ്ടയെടുത്ത് പട്ടത്തിന്റെ ഈർക്കിലിൽ കെട്ടി. മറ്റേയറ്റം കൈയിൽ ഭദ്രമായി പിടിച്ചു.

പട്ടം മേലോട്ടെറിയുക. ഒട്ടും നേരംകളയാതെ നൂലുണ്ട അയച്ചുപിടിച്ച് കുന്നിൻചെരുവിലേക്ക് ഓടുക.

—ഇതാണ് പട്ടം പറത്തലിന്റെ ബാലപാഠം.

പട്ടം അപ്പോൾ കാറ്റത്ത് ആടിയുലഞ്ഞ് പൊങ്ങിപ്പൊങ്ങി...

അവനത് ധാരാളം കണ്ടിട്ടുണ്ട്.

"എല്ലാരും കണ്ടോളൂ, എന്റെ പട്ടമിതാ പറക്കാൻ പോവുന്നു"വെന്ന് വിളിച്ചുപറഞ്ഞുകൊണ്ട് അവൻ ചെരുവിലേക്കോടി.

പക്ഷേ, അടുത്ത നിമിഷം അവന്റെ മുഖത്തെ തെളിച്ചം മങ്ങി.

പട്ടം അല്പം ഉയർന്നുപറന്നശേഷം മൂക്കുംകുത്തി താഴെ...!

കൂട്ടുകാർ പരിഹസിച്ചു ചിരിക്കുന്നതുകൂടി കണ്ടപ്പോൾ അവൻ കരഞ്ഞുപോയി.

"ഓന്റെ റോക്കറ്റ് ചീറ്റിപ്പോയേ!"

"ഓ, ഒരു പട്ടം പറത്തലുകാരൻ വന്ന്രിക്കണു!"

"എല്ലാർ്ടേം പട്ടം മേലോട്ടും ഓന്റെ പട്ടം താഴോട്ടും!"

അതെല്ലാം അവനെ തളർത്തി.

അവൻ വാശിയോടെ എഴുന്നേറ്റുചെന്ന് പട്ടം വീണ്ടും പറത്തി; ഒന്നല്ല, പലതവണ.

എന്നിട്ടും ഫലമുണ്ടായില്ല.

അവനാകെ നിരാശനായി.

"പോയിത്തുലയട്ടെ. എനിക്കു പട്ടോം വേണ്ട, കിട്ടോം വേണ്ട!"

അവൻ പട്ടം നിലത്തെറിഞ്ഞ്, മുട്ടിന്മേൽ മുഖം താഴ്ത്തിയിരുന്ന് ഏങ്ങിയേങ്ങിക്കരഞ്ഞു. അവന് ആരോടൊക്കെയോ ദേഷ്യം തോന്നി. അത് ക്രമേണ സങ്കടമായി. കൂട്ടുകാർ കേൾക്കരുതെന്നു വിചാരിച്ചിട്ടും അവന്റെ കരച്ചിൽ ഉച്ചത്തിലായി.

എത്രനേരം അങ്ങനെയിരുന്നു എന്നറിയില്ല.

വെയിലുപോയി.

പെട്ടെന്നെവിടെനിന്നോ ഇളംതണുപ്പുള്ള കാറ്റടിച്ചു. ആ തണുത്ത കാറ്റ് അവന്റെ ദേഹമാസകലം തഴുകി...

അവൻ തലയുയർത്തി നോക്കി.

സങ്കടം കുറവുണ്ടിപ്പോൾ. എങ്ങനെയോ എവിടുന്നോ ഒരു ധൈര്യം കിട്ടിയതുപോലെ.

പലരും തിരിച്ചുപോയതിനാൽ കുന്നിൻപുറത്തിപ്പോൾ കുട്ടികളും കുറവാണ്.

അവൻ പട്ടവുമായി എഴുന്നേറ്റു. വീണ്ടുമൊരിക്കൽക്കൂടി അത് ആകാശത്തേക്ക് ഉയർത്തിയെറിഞ്ഞു. പിന്നെ അതിന്റെ നൂല് അയച്ചയച്ചു വിട്ടു.

കാറ്റിന് കരുത്തു കൂടിക്കൂടി വന്നു.

അവന് തന്റെ കണ്ണുകളെ വിശ്വസിക്കാനായില്ല.

പട്ടം കാറ്റിലുലഞ്ഞ്, പറന്നു പറന്നുയരുന്നു!

ഇപ്പോൾ പട്ടം ഒരു പൊട്ടുപോലെ. വീണ്ടും നൂലിന് ബലം തോന്നുന്നു. കാലിൽ കെട്ടുവീണ പക്ഷി അതുപൊട്ടിച്ച് ആകാശത്തിന്റെ അനന്തതയിലേക്ക് പറക്കാൻ വെമ്പുന്നപോലെ...

അവൻ ഒന്നും ചിന്തിക്കാതെ പട്ടത്തിന്റെ നൂൽ പൊട്ടിച്ചു.

ഇപ്പോൾ പട്ടം കാണാത്തത്ര ഉയരത്തിലാണ്. തികച്ചും സ്വതന്ത്രനായ ഒരു പക്ഷിയെപ്പോലെ അത് മേഘപാളികൾക്കിടയിലെവിടെയോ...

ആ സുഖം നെഞ്ചിലേറ്റി അവൻ കുന്നിറങ്ങി.

പച്ചപ്പനന്തത്ത

"**ചീ**ത്തക്കുട്ടി...!"

കൂട്ടിൽക്കിടന്ന് പച്ചപ്പനന്തത്ത ചിലച്ചു.

അവനതുകേട്ട് തലയുയർത്തിനോക്കി. കണ്ണീർപ്പാടയ്ക്കിടയിലൂടെ അവൻ തത്തയെ അവ്യക്തമായി കണ്ടു. അപ്പോഴതാ തത്ത വീണ്ടും:

"ചീത്തക്കുട്ടി, ചീത്തക്കുട്ടി..."

അവന് കലശലായ ദേഷ്യം വന്നു. പല്ലിറുമ്മിക്കൊണ്ട് അവൻ പറഞ്ഞു:

"ചീത്തക്കുട്ടി നീയാ..."

അതു കേൾക്കേണ്ട താമസം, തത്ത തിരിച്ചടിച്ചു.

"ചീത്തക്കുട്ടി നീയാ..."

അവനതിനെ കൊല്ലാനുള്ള ദേഷ്യം തോന്നി. ചുണ്ടുകോട്ടി, ഗോഷ്ഠി കാണിച്ച് അവൻ തത്തക്കൂടിനടുത്തേക്ക് ചെന്നു. പച്ചപ്പനന്തത്ത അപ്പോഴും വിളിച്ചു.

"ചീത്തക്കുട്ടി."

അവൻ പിണങ്ങിയിരുന്നു. അപ്പോഴവന്റെ മനസ്സിൽ പഴയ സംഭവങ്ങൾ ഒന്നൊന്നായി തെളിഞ്ഞുവന്നു.

അതവന്റെ പിറന്നാൾദിനമായിരുന്നു. ഓരോ പിറന്നാളിനും അമ്മയുടെവക പുത്തൻ കുപ്പായമുണ്ടാവും സമ്മാനമായി.

എന്നാൽ, അച്ഛന്റെ സമ്മാനമാണ് അവനെ അത്ഭുതപ്പെടുത്തുക. അതെന്തായിരിക്കുമെന്ന് അവന് ഊഹിക്കാൻപോലും കഴിയാറില്ല. ഓരോ തവണയും അത്രമേൽ വ്യത്യസ്തമായ സമ്മാനങ്ങൾ!

ലോകാത്ഭുതങ്ങൾ കൺമുന്നിലെത്തുന്ന മണമുള്ള പുസ്തകം.

കുടിലുമുതൽ പല നിലകളുള്ള മാളികവരെ പണിയാവുന്ന കൊച്ചു ചതുരക്കട്ടകളുടെ വൻശേഖരം.

ഇരുപക്ഷത്തുനിന്നും പരസ്പരം മുന്നേറുന്ന സൈനികരും അവരുടെ അത്യാധുനിക ആയുധങ്ങളും...

എന്നാൽ, അതിനേക്കാളൊക്കെ അവനെ അതിശയിപ്പിച്ചത് ഒടുവിലായി കിട്ടിയ പിറന്നാൾ സമ്മാനമാണ്.

ഉറങ്ങിപ്പോയ അവനെ വിളിച്ചുണർത്തിയാണ് അച്ഛനാ സമ്മാനം കൊടുത്തത്. കണ്ണു തിരുമ്മിയെഴുന്നേറ്റ അവൻ അതു കണ്ട് തുള്ളിച്ചാടി.

നല്ലൊരു കൂട്ടിൽ അതിലും നല്ലൊരു പച്ചപ്പനന്തത്ത!

“ന്റെ പുന്നാര അച്ഛൻ!”

ആ സന്തോഷത്തിൽ അച്ഛനെ കെട്ടിപ്പിടിച്ച് ഒരുമ്മ കൊടുത്തു, അവനപ്പോൾ.

പൂമുഖത്ത് എല്ലാവരും കാണുന്നവിധത്തിൽ അവനും അച്ഛനും ചേർന്ന് ആ കൂട് തൂക്കിയിട്ടു.

പിന്നെ, അതിനു മുന്നിൽത്തന്നെയായിരുന്നു അവനധിക നേരവും. പച്ചപ്പനന്തത്തയ്ക്ക് പാലും വെള്ളവും പൂവൻപഴവും കൊടുക്കാനും അതിനോട് കൊഞ്ചാനുമൊക്കെ അവന് താല്പര്യമായി.

“രാരിത്തത്തമ്മേ...”

അവൻ സ്നേഹത്തോടെ വിളിച്ചു. അവനെ അത്ഭുതപ്പെടുത്തിക്കൊണ്ട് തത്ത അതു തിരിച്ചുപറഞ്ഞു.

“രാരിത്തത്തമ്മേ...”

പിന്നെ, തത്തമ്മയെ ഓരോന്നു പഠിപ്പിക്കലായി അവന്റെ ജോലി. അവനെ കാണുമ്പോഴൊക്കെ അമ്മ വിളിക്കുംപോലെ ‘പൊന്നുമോനേ’, ‘നല്ല കുട്ടി’ എന്നൊക്കെ തത്തയും ചിലച്ചു.

സ്കൂളിലേക്കിറങ്ങുമ്പോൾ തത്ത പറയും, അവൻ പറയുംപോലെ തന്നെ.

"റ്റാറ്റാ..."

അങ്ങനെ പറഞ്ഞുപഠിപ്പിച്ച പച്ചപ്പനന്തത്തയാണിപ്പോൾ തന്നെ 'ചീത്തക്കുട്ടി' എന്നു വിളിച്ച് കളിയാക്കുന്നത്. അമ്മയോട് വാശിപിടിച്ച് പിണങ്ങിയിരുന്നപ്പോൾ അമ്മ വിളിച്ച അതേ വാക്ക് പഠിച്ചുവെച്ചിരിക്കുകയാണ് തെമ്മാടിത്തത്ത.

ഇന്നിതിനെയൊരു പാഠം പഠിപ്പിക്കണം!

അവനെഴുന്നേറ്റ് കൂടിന്റെയടുത്തെത്തി. അറ്റത്ത് രണ്ടു പിഞ്ഞാണങ്ങളിലായി തത്തയ്ക്കുള്ള പാലും പാൽച്ചോറും വെച്ചിട്ടുണ്ട്, അമ്മ.

"ഇന്നിവൾ അങ്ങനെ തിന്നും കുടിച്ചും സുഖിക്കണ്ട."

അവൻ ദേഷ്യത്തോടെ പാലും ചോറും തട്ടിമറിക്കാൻ കൈനീട്ടി. അടുത്തനിമിഷം തന്നെ അവനതു വേണ്ടെന്നുവെച്ചു.

പാവം തത്ത! പാലും ചോറും ഇല്ലെങ്കിൽ അതിനു വിശക്കില്ലേ? ഇനിയൊരുപക്ഷേ, അത് വിശന്നു ചത്താലോ?

ഇത്തിരി വിശക്കുമ്പോൾത്തന്നെ താനെത്ര വാശിയാണ് അമ്മയോട് കാണിക്കാറുള്ളത്. ഈ പാവത്തിനു വിശന്നാൽ ആരോടാണ് ചോദിക്കാനാവുക?

അവന്റെ കണ്ണു നനഞ്ഞു.

"നല്ല കുട്ടി...!"

പച്ചപ്പനന്തത്ത വീണ്ടും ചിലച്ചു. അപ്പോഴവന് അതിനോട് ഒരുപാടിഷ്ടം തോന്നി. അവനാ കൂടിന്റെ അഴികളിൽ ചുണ്ടമർത്തി പറഞ്ഞു:

"നല്ല കുട്ടി നീയാട്ടോ."

ഇതെല്ലാം കണ്ട് തൊട്ടുപുറകിൽ അമ്മ നിന്നത് പക്ഷേ, അവൻ കണ്ടതേയില്ല.

ആ മനസ്സു നിറഞ്ഞുകവിഞ്ഞു, സന്തോഷത്താൽ!

വിശപ്പ്

കീറിത്തുന്നിയ പുസ്തകസഞ്ചിക്കുള്ളിൽ ചോറ്റുപാത്രം വയ്ക്കുമ്പോൾ അവൾക്ക് സന്തോഷം തോന്നി. പാത്രം നിറച്ചും ചോറുണ്ട്. സാധാരണ അങ്ങനെയല്ല. കഷ്ടിച്ച് പകുതിയേ കാണൂ. അതും പല ദിവസങ്ങളിലും പഴഞ്ചോറ്. തലേന്നു രാത്രി വെള്ളത്തിലിട്ട് പിറ്റേന്ന് ചൂടാക്കിയെടുക്കുന്നു...

അമ്മ പണിക്കുപോകുന്ന വീട്ടിൽ ബാക്കിയാവുന്നതാവും അത്.

"ഇന്ന് ഇത്രേള്ളൂ. എന്റെ പൊന്നുമോള് കൊണ്ടോയ്ക്കോ."

കരഞ്ഞുകൊണ്ടാവും അമ്മ ഇതു പറയുക.

അമ്മയെക്കുറിച്ചോർക്കുമ്പോൾ അവൾക്ക് സങ്കടമാവും.

പാവം!

തനിക്കുവേണ്ടി എത്ര ബുദ്ധിമുട്ടുന്നുണ്ട് അമ്മ. അടുത്ത വീടുകളിൽപ്പോയി മുറ്റമടിച്ചും തുണിയും പാത്രവുമൊക്കെ കഴുകിയും കിട്ടുന്ന തുച്ഛമായ പണംകൊണ്ട് ഇത്രയെങ്കിലുമൊക്കെ ചെയ്യുന്നില്ലേ?

"അച്ഛനുണ്ടായിരുന്നെങ്കിൽ..."

അമ്മ പറയാറുള്ളത് എത്ര ശരിയാണ്.

ഇന്ന് ചൂടുള്ള ചോറിനുമുകളിൽ മുളകു ചമ്മന്തിയുമുണ്ട്. അവൾക്ക് ഏറെ ഇഷ്ടമുള്ള ചമ്മന്തി.

അമ്മയോടു യാത്രപറഞ്ഞ് അവളിറങ്ങി നടന്നു.

സ്കൂളിലേക്കുള്ള ഇടവഴിയിലൂടെ നടന്ന് അവൾക്ക് കാലു കഴച്ചു. ഇത് പതിവുള്ളതാണ്. ക്ലാസിൽ ചെന്നിരുന്ന് അല്പം കഴിഞ്ഞാൽ വേദന മാറും. കുട്ടികളധികവും വരുന്നത് ബസിനാണ്. തനിക്കാണെങ്കിൽ ബസിനു കൊടുക്കാൻ പണമില്ലല്ലോ.

അപ്പോഴും അവൾക്കു തോന്നും;

"അച്ഛനുണ്ടായിരുന്നെങ്കിൽ..."

ആ മോഹം വെറുതെയാണെന്ന് അവൾക്ക് നന്നായറിയാം. എന്നാലും മരിച്ചുപോയ അച്ഛനിനി തിരിച്ചുവരില്ലെന്ന് കൂട്ടുകാർ പറയുമ്പോൾ അവൾക്കു നോവും. ആരും കാണാതെ കണ്ണീർ തുടയ്ക്കും.

സ്കൂളിനടുത്തെത്തിയപ്പോഴുണ്ട്, പതിവില്ലാത്ത ഒരാൾക്കൂട്ടം. അധികവും കുട്ടികൾ തന്നെയാണ്. ഐസ്ഫ്രൂട്ട് കച്ചവടക്കാരന്റെ സൈക്കിളിനും കളർമിഠായിക്കച്ചവടക്കാരന്റെ കണ്ണാടി ഭരണികൾക്കും ചുറ്റും കുട്ടികൾ കൂടാറുണ്ട്.

ഇതങ്ങനെയല്ല.

അവൾ കുട്ടികൾക്കിടയിലേക്ക് നടന്നുകയറി. അകത്തെന്താണെന്നറിയാൻ അവൾ എത്തിനോക്കി.

വഴിയോരത്ത് എല്ലും തോലുമായ ഒരു വൃദ്ധൻ കിടന്നുഞരങ്ങുകയാണ്. എന്തെങ്കിലും ഭക്ഷണത്തിനിരന്ന് അയാൾ ചുറ്റുമുള്ളവരുടെ നേരെ കൈനീട്ടുന്നു. പക്ഷേ, ആരുമൊന്നും കൊടുക്കുന്നില്ല. എന്നുമാത്രമല്ല, ചിലരെല്ലാം അയാളെ കളിയാക്കുന്നുമുണ്ട്.

അവൾക്ക് വല്ലാത്ത വിഷമം തോന്നി.

ആ വൃദ്ധൻ അവളെ കണ്ടു. അയാൾ മെലിഞ്ഞുണങ്ങിയ കൈകൾ നീട്ടി അവളോടെന്തോ പറഞ്ഞു. ചില കുട്ടികൾ അപ്പോഴും അയാളെ കൂക്കിവിളിച്ചു.

അവൾ പിന്നൊന്നും ചിന്തിച്ചില്ല. ബാഗ് തുറന്ന് ചോറ്റുപാത്രം പുറത്തെടുത്തു. അതു തുറന്ന് മുഴുവൻ ചോറും അവൾക്കേറെ ഇഷ്ടമുള്ള മുളകുചമ്മന്തിയും അയാളുടെ കൈവെള്ളയിലേക്ക് ചൊരിഞ്ഞു. അയാളുടെ കുഴിഞ്ഞ കണ്ണുകൾ നനഞ്ഞു. ആർത്തിയോടെ അയാൾ ചോറുതിന്നുതുടങ്ങി.

അവസാനവറ്റും അയാളുടെ വയറ്റിലെത്തുന്നതുവരെ അവൾ കണ്ണിമയ്ക്കാതെ നോക്കിയിരുന്നു.

വൃദ്ധന്റെ മുഖത്ത് അതുവരെയില്ലാത്ത തെളിച്ചം അനുഭവപ്പെട്ടു.

അവൾക്കെന്തോ പെട്ടെന്ന് കരച്ചിൽവന്നു.

അതുപക്ഷേ, സന്തോഷം കൊണ്ടായിരുന്നു.

കുട്ടികളെല്ലാം ക്ലാസിലെത്തിക്കഴിഞ്ഞു. ഒന്നാംമണി മുട്ടുന്നു. അയാളെ ഒന്നുകൂടി നോക്കി അവൾ ക്ലാസിലേക്കോടി.

രസകരമായിരുന്നു ക്ലാസുകൾ. ഉച്ചയ്ക്ക് ക്ലാസുവിട്ടപ്പോൾ കുട്ടികളെല്ലാം പൈപ്പിന്റെ ചുവട്ടിലെത്തി. അവരെല്ലാം കൈകഴുകി ഉണ്ണാനിരുന്നു. അവളാകട്ടെ, എവിടെയും പോകാതെ തന്റെ ബെഞ്ചിൽത്തന്നെയിരുന്നു.

ഒഴിഞ്ഞ ചോറ്റുപാത്രം അപ്പോഴും അവളുടെ തുന്നിക്കെട്ടിയ സഞ്ചിയിൽത്തന്നെയുണ്ടായിരുന്നു.

"കുട്ടിക്ക് ചോറുണ്ണണ്ടേ?" കൂട്ടുകാരിൽ ചിലർ തിരക്കി.

"വേണ്ട." അവൾ പറഞ്ഞു.

"ഒന്നും കഴിക്കാതിരുന്നാൽ നിനക്ക് വിശക്കില്ലേ?" മറ്റൊരാൾ ചോദിച്ചു.

"ഞൂഹും." അവൾ നിഷേധാർത്ഥത്തിൽ തലയാട്ടി.

അവളുടെ വയർ അപ്പോഴും നിറഞ്ഞുതന്നെയിരുന്നു. ആ മനസ്സിൽ എല്ലുന്തിയ വൃദ്ധന്റെ ചിത്രം തെളിഞ്ഞുനിന്നു.

മണി, കിണി, കുഞ്ഞപ്പൻ

പാവം പൂച്ചക്കുഞ്ഞുങ്ങൾ!

അവർക്കിന്നും കണക്കിനു കിട്ടി, മുത്തശ്ശിയുടെ വക അടി.

അവന് സങ്കടമായി.

മുത്തശ്ശിയുടെ കണ്ണുവെട്ടിച്ച് അടുക്കളയിൽ കയറിപ്പറ്റിയതാണ് പൂച്ചക്കുഞ്ഞുങ്ങൾ. അടുപ്പിന്റെ ഇളംചൂടിൽ, ചാരം പറ്റിക്കിടന്നപ്പോൾ മുത്തശ്ശിയതു കണ്ടു. ദേഷ്യം സഹിക്കവയ്യാതെ മുത്തശ്ശി അവരെ ഈർക്കിലിചൂലുകൊണ്ട് പൊതിരെ തല്ലി. അസഹ്യമായ വേദനയോടെ ഞരങ്ങി അവർ നാലുപാടും ഓടി.

മുത്തശ്ശിക്ക് പരാതികളൊഴിഞ്ഞിട്ട് നേരമില്ല.

പൂച്ചക്കുഞ്ഞുങ്ങൾ അടുക്കളയിലും കിടപ്പുമുറിയിലും പൂജാമുറിയിലുമൊക്കെ കയറി വൃത്തികേടാക്കുന്നു. ഉണക്കിയിട്ട തുണികളിൽ കയറി മറിയുന്നു. പാൽപ്പാത്രം തട്ടിമറിക്കുന്നു...

അങ്ങനെ എണ്ണമറ്റ പരാതികൾ!

അവന് ഓർമ്മ വന്നു.

മണി, കിണി, കുഞ്ഞപ്പൻ...

കിണി പെണ്ണും മറ്റു രണ്ടും ആണും. പേരിട്ടതും അവൻ തന്നെ.

ഒരു സന്ധ്യക്ക് അടുക്കളയ്ക്ക് ചുറ്റും കരഞ്ഞുനടന്നതാണ് തള്ളപ്പൂച്ച. വയറ് നന്നായി വീർത്തിരിക്കുന്നു. ആ കരച്ചിൽ കേട്ട്

അമ്മയുടെയും മുത്തശ്ശിയുടെയും മനസ്സലിഞ്ഞു. അടുക്കളയോടുചേർന്നുള്ള കൊച്ചുമുറിയിൽ കീറച്ചാക്കു വിരിച്ച് അമ്മ കിടക്കയൊരുക്കി.

ഒരു പൂച്ച പ്രസവത്തിനുള്ള ഒരുക്കങ്ങളാണ് അന്നവിടെ നടന്നതെന്ന് അവന് മനസ്സിലായില്ല.

പിറ്റേന്നവൻ സ്കൂളിൽനിന്നു തിരിച്ചെത്തിയപ്പോൾ അച്ഛനാണ് ആ അത്ഭുതം കാട്ടിക്കൊടുത്തത്. കീറച്ചാക്കിൽ തള്ളപ്പൂച്ചയ്ക്ക് പുറമെ മൂന്നു പൂച്ചക്കുഞ്ഞുങ്ങൾകൂടി...!

കണ്ണുതുറക്കാതെ തള്ളപ്പൂച്ചയുടെ മുലപ്പാൽ കുടിക്കുന്ന ചോരക്കുഞ്ഞുങ്ങൾ.

അവനു സന്തോഷമായി.

പിന്നെ, ദിവസങ്ങളങ്ങനെ പറപറന്നു. പൂച്ചക്കുഞ്ഞുങ്ങൾ കണ്ണുതുറന്നു. അവർ ആ മുറി വിട്ട് മറ്റു മുറികളിലും ഇറയത്തുമൊക്കെ ഓടിനടന്നു. ചിലപ്പോൾ പരസ്പരം കടികൂടി. മറ്റുചിലപ്പോൾ ഒന്നിനുമീതെ മറ്റൊന്നായി കിടന്നുറങ്ങി. തള്ളപ്പൂച്ച മൂന്നുപേർക്കും മുലകൊടുത്ത്, അവയെ നക്കിത്തുടച്ചു.

മുത്തച്ഛനും മുത്തശ്ശിയും അവരെ ലാളിക്കാൻ മത്സരിച്ചു.

പാവം കിണി! അവൾ ശരിക്കും പാലുകുടിക്കാതെ ദിവസം തോറും മെലിഞ്ഞുണങ്ങി. മണിയും കുഞ്ഞപ്പനും തടിച്ചുകൊഴുത്തു.

മുത്തച്ഛനാണ് പ്രശ്നപരിഹാരത്തിന് ഒരു വഴികണ്ടെത്തിയത്. കണ്ണിൽ മരുന്നൊഴിക്കുന്ന ഫില്ലറിൽ പശുവിൻപാൽ നിറച്ച്

കിണിയെ ബലമായി കുടിപ്പിക്കുക! ആദ്യമെല്ലാം അവൾ എതിർത്തുനോക്കിയെങ്കിലും പിന്നെയത് വശമായി.

മുത്തച്ഛനെ കൺവെട്ടത്തു കണ്ടാൽ മതി, 'മ്യാവൂ, മ്യാവൂ'ന്ന് കരഞ്ഞ് ഒട്ടും സ്വൈരം കൊടുക്കാതെ അവൾ...

ആ ശുശ്രൂഷ ഫലിച്ചു. അധികം വൈകാതെ കിണിയും തടിവെച്ചു. അപ്പോഴവൾ മണിയെയും കുഞ്ഞപ്പനെയും കടത്തിവെട്ടുന്ന വികൃതിയായി.

ഈ വക വികൃതികളാണ് മുത്തശ്ശിയെ അവരുടെ എതിരാളിയാക്കിയത്.

പൂച്ചക്കുഞ്ഞുങ്ങളുടെ കിടപ്പ് വിറകുപുരയിലേക്ക് മാറ്റാൻ മുത്തച്ഛൻ തീരുമാനിച്ചു. എന്നിട്ടും വികൃതി കുറഞ്ഞോ? അതൊട്ടില്ലതാനും.

അവരെ കാണുന്ന മാത്രയിൽ തട്ടിപ്പുറത്താക്കി വാതിൽ വലിച്ചടയ്ക്കും, മുത്തശ്ശി.

ഇതിപ്പോൾ പതിവായിട്ടുണ്ട്.

അവൻ നോക്കി.

കോരിച്ചൊരിയുന്ന മഴയിൽ തണുത്തുവിറച്ച് മണിയും കിണിയും കുഞ്ഞപ്പനും...

ശരിക്കും വിഷമം തോന്നി, അവന്.

എന്നിട്ടും പൂച്ചക്കുഞ്ഞുങ്ങളെ ഇങ്ങനെ തല്ലാൻ തുടങ്ങിയാൽ...

അവന്റെ കണ്ണുനിറഞ്ഞു. അവൻ അടുക്കളയിൽച്ചെന്ന് ഒരു സഞ്ചിയെടുത്ത് പൂച്ചക്കുഞ്ഞുങ്ങളെ അതിലിട്ടു. മുത്തശ്ശിയുടെയും അമ്മയുടെയും എതിർപ്പ് വകവെക്കാതെ അവനതുമായി പുറത്തേക്കോടി.

മഴ നിന്നെങ്കിലും മരം പെയ്യുന്നുണ്ടായിരുന്നു, അപ്പോൾ.

ദൂരെ ദൂരെ നനഞ്ഞ ഒരിടവഴിയിലെത്തിയപ്പോൾ അവൻ നിന്നു. മനസ്സില്ലാമനസ്സോടെയാണെങ്കിലും സഞ്ചി തുറന്ന് പൂച്ചക്കുഞ്ഞുങ്ങളെ തുറന്നുവിട്ടു.

മണിയും കിണിയും കുഞ്ഞപ്പനും കരഞ്ഞുകൊണ്ട് എങ്ങോട്ടോ ഓടി. അവർ കണ്ണിൽനിന്നു മറയുംവരെ അവൻ നോക്കിനിന്നു.

തിരിച്ചു നടക്കുമ്പോൾ അവൻ സ്വയം സമാധാനിച്ചു.

'പാവം പൂച്ചക്കുഞ്ഞുങ്ങൾ, ഇനിയവരെ ആരും തല്ലില്ലല്ലോ!'

എന്നാൽ, അവരിനി വികൃതിപ്പൂച്ചകളായി തന്റെ മുന്നിൽ വരില്ലെന്നോർത്തപ്പോൾ അവന്റെ മനംനൊന്തു. അവന്റെ കണ്ണുകൾ നിറഞ്ഞൊഴുകി.

അപ്പോൾ മഴ വീണ്ടും പെയ്യാൻ തുടങ്ങി. അതുകൊണ്ട് അവന്റെ കണ്ണുനീർ ആരും കണ്ടില്ല.

ചേച്ചി

എല്ലാം പറഞ്ഞുതന്നത് ചേച്ചിയായിരുന്നു.

ഓരോന്നും പറയുമ്പോൾ ചേച്ചിയുടെ പുരികം 'റ' പോലെ വളയും. കണ്ണുകളിൽ അത്ഭുതം നിറയും.

ഒക്കെ ആരാധനയോടെ, വാ പിളർന്ന് അവൻ കേട്ടിരിക്കും.

മണ്ണിലൂടെ ഇഴഞ്ഞിഴഞ്ഞു നീങ്ങുന്ന പുഴുവിനെ ചൂണ്ടി ചേച്ചി ചോദിക്കും.

"ഡാ കുട്ടൂ, നിനക്കറിയ്യോ ഇതെന്താന്ന്?"

"പുഴു"

നെഞ്ചുവിരിച്ച് അവൻ പറയും.

"ഓ, പുഴു! ഇതാർക്കാ പറയാൻ പറ്റാത്തേ? ഇതെന്തു പുഴു വാന്നാ ചോദിച്ചേ."

വെല്ലുവിളി പോലെയാണത്.

ഉത്തരം മുട്ടി അവൻ കീഴടങ്ങും.

കറുപ്പും ചുവപ്പും കലർന്ന നിറമാണ് പുഴുവിന്. രണ്ടറ്റത്തും ചെമപ്പ്, നടുക്ക് കടുംകറുപ്പ്. അതൊരു വെറും പുഴുവല്ല. ദൈവത്തിന് എണ്ണ കൊണ്ടുപോകുന്ന പുഴുവാണത്. അതുകൊണ്ടു തന്നെ അറിയാതെപോലും അതിനെ ഉപദ്രവിക്കാൻ പാടില്ല.

ചേച്ചിയുടെ വിവരണം ഇങ്ങനെ നീളും.

"ഈ ചേച്ചി വെറുതെ പറയാ."

അതങ്ങനെ കണ്ണടച്ചു വിശ്വസിക്കാൻ അവനെ കിട്ടില്ല.

"എന്നാ നീ നോക്കിക്കോ. നേരിട്ടുകണ്ടാൽ നീ വിശ്വസിക്കുവല്ലോ."

അടുത്ത നിമിഷംതന്നെ ചേച്ചി പുഴുവിന്റെ പുറത്തുതൊട്ട് വിരൽത്തുമ്പ് അവനെ കാണിക്കും.

അത്ഭുതം തന്നെ, ആ വിരലിൽ എണ്ണമയം!

പിന്നീട്, ആ പുഴുവിനെ കാണുമ്പോഴെല്ലാം ഭക്ത്യാദരവോടെ തൊട്ട്, ആ എണ്ണകൊണ്ട് നെറ്റിയിൽ കുറിവരയ്ക്കുന്ന ശീലവും തുടങ്ങി.

മഞ്ഞക്കിളിയെക്കണ്ടാൽ മധുരം കിട്ടും.

ആനയുടെ കാല്പാടിൽ ചവിട്ടിയാൽ കാലിൽ മന്തുവരും.

നുണ പറഞ്ഞാൽ നാവു പുഴുക്കും.

മൂത്തവരെ ചവിട്ടിയാൽ കാലു വളഞ്ഞുപോവും.

മയിൽപ്പീലി മാനം കാണാതെ പുസ്തകത്തിൽവെച്ചാൽ പെറ്റുപെരുകും...

ഇങ്ങനെ എത്രയെത്ര കാര്യങ്ങൾ!

എല്ലാം ചേച്ചിതന്നെ പറഞ്ഞുതന്നവ.

ഓർക്കുന്തോറും അവന് കൂടുതൽ വിഷമമായി. ഇനിയിങ്ങനെ ഓരോന്നു പറഞ്ഞുതരാൻ ചേച്ചി തന്റെയടുത്തുണ്ടാവില്ലല്ലോ.

ചേച്ചിയുടെ കല്യാണമാണെന്നറിഞ്ഞപ്പോഴും അവർ തന്നെ വിട്ടുപോവുമെന്ന് അവൻ കരുതിയതേയില്ല.

കല്യാണം കഴിയുംവരെ അവൻ നല്ല ഉത്സാഹത്തിലായിരുന്നു. ഒരുപാടാളുകൾക്കിടയിൽ, പുത്തൻ കുപ്പായമിട്ട്, ചേച്ചിയോടൊപ്പം ഒരു പൂമ്പാറ്റയെപ്പോലെ പാറിനടന്ന്...

കടുംപച്ച സാരിയുടുത്ത്, തലനിറയെ മുല്ലപ്പൂ ചൂടി, കൈയിലും കഴിത്തിലും നിറയെ സ്വർണ്ണമിട്ട്...

നല്ല രസമായിരുന്നു ചേച്ചിയെ കാണാൻ!

സിനിമാനടനെപ്പോലെ സുന്ദരനായ ഒരു മാമനൊപ്പം കാറിൽ കയറാൻ തുടങ്ങിയപ്പോഴാണ് ചേച്ചി അവനെ കെട്ടിപ്പിടിച്ചു കരഞ്ഞത്.

"ചേച്ചി പോട്ടേ ന്റെ കുട്ടുമോനേ...?"

"പോവാനോ? എങ്ങോട്ട്?"

അവനൊന്നും മനസ്സിലായില്ല. എങ്കിലും അവനും ഏങ്ങി യേങ്ങിക്കരഞ്ഞു.

"നിന്റെ വാലുപോയല്ലോ മോളേ."

ചേച്ചിയുടെ അമ്മ കളിയാക്കുന്നതു കേട്ടപ്പോൾ അവന് അരിശം വന്നു. കരച്ചിലിനിടയിലും തലയുയർത്തി അവനവരെ കൊഞ്ഞനം കുത്തി.

കാറ് കണ്ണിൽനിന്നു മറയുന്നതുവരെ ചേച്ചി അവനേയും അവൻ ചേച്ചിയേയും നോക്കിക്കൊണ്ടിരുന്നു.

പിന്നെ, മുറിയിലേക്ക് ഒറ്റയോട്ടമായിരുന്നു അവൻ; കിടക്ക യിൽവീണ് പൊട്ടിക്കരയാൻ...

അങ്ങനെ കരഞ്ഞുകലങ്ങി എപ്പോഴോ അവനുറങ്ങി.

ഉറക്കത്തിൽ ചേച്ചി അവന്റെയടുത്തെത്തി.

"ഡാ, കുട്ടൂ..."

ചേച്ചി അവനെ സ്നേഹത്തോടെ തലോടി വിളിച്ചു.

"ന്റെ പൊന്നു ചേച്ചിയല്ലേ, ഇനി എന്നെ വിട്ടുപോവോ?"

അവൻ ചോദിച്ചു.

"ങൂഹും."

ചേച്ചി പറഞ്ഞു.

ഉറക്കമുണർന്നിട്ടും അവന് സങ്കടം തോന്നിയില്ല. പിന്നെ അവന്റെ കണ്ണു നനഞ്ഞില്ല.

എന്തിനു കരയണം?

ചേച്ചി എന്നെന്നും തന്റെയുള്ളിൽത്തന്നെയുണ്ടെന്ന് അവൻ മനസ്സിലാക്കിക്കഴിഞ്ഞിരുന്നു.

ഓന്ത്

അവർ പത്തിരുപതു പേരുണ്ട്. വട്ടംകൂടിനിന്ന് മത്സരിച്ചു കല്ലെറിയുകയാണ്. കല്ലേറുകൊണ്ട് പകുതി ജീവൻ പോയ ഒരു ഓന്ത് കിടന്നുപുളയുന്നു.

"കൊല്ലതിനെ!"

"ചോരകുടിയൻ! അവനെ ബാക്കിവെക്കരുത്!"

"എറിഞ്ഞുകൊല്ലണം നാശത്തിനെ!"

അവർ ആർത്തു വിളിച്ചു പറയുന്നതുകേട്ടാണ് കുട്ടി അങ്ങോട്ടെത്തിയത്.

കുട്ടികളിലധികവും സ്കൂളിൽ അവന്റെ മുതിർന്ന സഹപാഠികളാണ്. കുറെ തെരുവുകുട്ടികളുമുണ്ട് കൂടെ.

ഓന്തിന്റെ പുറത്ത് വീണ്ടും വീണ്ടും കല്ലുകൾ വീണുകൊണ്ടിരുന്നു. കൂർത്ത കല്ലുകൾകൊണ്ട് അതിന്റെ ദേഹം മുറിഞ്ഞ് ചോരയൊഴുകി. എന്നിട്ടും തൃപ്തിയാകാതെ അവരതിനെ പിന്നെയും ഉപദ്രവിച്ചു. പ്രാണവേദനകൊണ്ട് പിടയുന്ന ഓന്തിനെ നോക്കി അവർ കൈകൊട്ടിച്ചിരിച്ചു.

അവന്റെ മനസ്സുനൊന്തു.

"അരുത്!"

അവൻ പലതവണ വിളിച്ചു പറഞ്ഞു.

പക്ഷേ, കൂക്കുവിളികൾക്കിടയിൽ ആ ശബ്ദം ആരു കേൾക്കാൻ?

അവനു കരച്ചിൽ വന്നു.

ഒടുവിൽ ആ ക്രൂരത താങ്ങാനാവാതെ ഓന്ത് ചത്തുമലച്ചു. ശേഷിച്ച ഉരുളൻകല്ലുകൾ കൂടി ദേഹത്തേക്കെറിഞ്ഞ് കുട്ടികൾ പിരിഞ്ഞുപോയി.

ഓന്തിനെ എവിടെക്കണ്ടാലും എറിഞ്ഞു കൊല്ലണം പോലും!

അവർക്കതിനു ന്യായീകരണവുമുണ്ട്.

ഓന്തുകൾ പരമ ദുഷ്ടന്മാരാണ്, ചോരകുടിയന്മാരും. അവർ മനുഷ്യരെയിങ്ങനെ തുറിച്ചു നോക്കിയിരിക്കും. അപ്പോൾ അതിന്റെ ശരീരം ചുവന്നു തുടുക്കും. മനുഷ്യരുടെ ചോര ഊറ്റി ക്കുടിക്കുന്നതുകൊണ്ടാണത്രെ അത്! ചോര മുഴുവനും വലി ച്ചെടുത്തു കഴിയുമ്പോൾ മനുഷ്യർ വിളറിവെളുത്ത് മരിച്ചുപോ വും.

അവരിലൊരാൾ വിശദീകരിച്ചു.

മനുഷ്യരുടെ പൊക്കിളിലൂടെയാണ് ഓന്തുകൾ ചോര കുടി ക്കുക!

മറ്റൊരുവൻ തന്റെ അറിവ് വിളമ്പി.

മനുഷ്യകുലത്തിന്റെ തന്നെ ശത്രുവാണ് ഓന്തെന്ന് ഇനി യൊരാൾ.

ഓന്തുകളെ കണ്ടാലുടൻ കൊല്ലണമെന്നതിൽ മാത്രം ആർക്കും രണ്ടഭിപ്രായമില്ലായിരുന്നു.

അവന് സങ്കടം സഹിക്കാനായില്ല.

ചത്തുകിടന്ന ഓന്തിനെ ഒന്നുകൂടി നോക്കി അവൻ സ്ഥലം വിട്ടു. അതിന്റെ ദേഹം അപ്പോഴും ചുവന്നു തുടുത്തു കിടന്നു.

രാത്രി ഉറങ്ങാൻ കിടന്നപ്പോഴും അവന്റെ മനസ്സിൽ ചോര കുടിയൻ ഓന്ത് നിറഞ്ഞുനിന്നു. കിടക്കയിൽ ഏറെനേരം കിട ന്നിട്ടും അവന് ഉറങ്ങാനായില്ല. കല്ലേറുകൊണ്ട് നൊന്തു പിട യുന്ന ഓന്തിന്റെ ദൃശ്യം അവനെ അപ്പോഴും വേദനിപ്പിച്ചുകൊ ണ്ടിരുന്നു.

പുറത്തു നല്ല നിലാവ്.

കിടക്കയോടു ചേർന്നുള്ള ജനൽപ്പാളി പാതി തുറന്നാണ് കിടക്കുന്നത്. അവൻ പുറത്തേക്ക് കണ്ണയച്ചു. അത്ഭുതംകൊണ്ട് ആ കണ്ണുകൾ വിടർന്നു.

മുറ്റത്തെ മൂവാണ്ടൻമാവിലിരുന്ന് തന്നെ തുറിച്ചുനോക്കുന്ന ഒരു കുഞ്ഞോന്ത്! ചുവന്ന്, ചോര തൊട്ടെടുക്കാവുന്നപോലെ അതിന്റെ പിഞ്ചുശരീരം.

ഇനി, അത് തന്റെ ചോര ഊറ്റിക്കുടിക്കുകയാവുമോ?

അവനൊട്ടും പേടി തോന്നിയില്ല. അവനെഴുന്നേറ്റ് ജനൽപ്പാ ളികൾ മലർക്കെ തുറന്നിട്ടു.

വീണ്ടും കുഞ്ഞോന്തിനെത്തന്നെ നോക്കി അവൻ കിടക്ക യിൽ കിടന്നു.

നോക്കിയിരിക്കെ, അവനതിനോട് എന്തെന്നില്ലാത്ത സ്നേഹം തോന്നി.

"കുഞ്ഞോന്തേ, നിന്റെ വയറു നിറച്ചും ചോര കുടിച്ചോളൂ."

മറുപടി പറയുംപോലെ കുഞ്ഞോന്ത് മരത്തിലിരുന്ന്, തല യനക്കി, ഒന്നു ചിലച്ചു. അപ്പോഴതിന്റെ ദേഹം ഒന്നുകൂടി ചുവന്നു.

അവൻ സന്തോഷത്തോടെ കണ്ണടച്ചു കിടന്നു.

ഉറക്കത്തിൽ അവനൊരു സ്വപ്നം കണ്ടു; നേരത്തെ കല്ലേ റുകൊണ്ട് ചത്തുകിടന്ന ഓന്ത് ജീവൻവെച്ച് ഇഴഞ്ഞിഴഞ്ഞു പോവുന്നതായി...!

ആനവാൽ മോതിരം

കുട്ടി പലതവണ ഉറക്കത്തിൽ പേടിച്ചു കരയുന്നു.

ഇത് ഇന്നോ ഇന്നലെയോ തുടങ്ങിയതല്ല. കുറെനാളായി കണ്ണടയ്ക്കുമ്പോഴേ അവൻ ഞെട്ടിയുണരും. പിന്നെ കുറെനേരം വാവിട്ടുകരയും. അച്ഛനവന്റെ അടുത്തുകിടന്ന്, കെട്ടിപ്പിടിച്ച്, കവിളിൽ പൊന്നുമ്മ കൊടുത്ത് ഉറക്കും.

എന്തുകാര്യം?

അധികം കഴിയുംമുമ്പേ അവൻ വീണ്ടും...

പലപ്പോഴും പേടിച്ച് പനി പിടിക്കുകയും ചെയ്യും. പാവം, അമ്മയില്ലാത്ത കുട്ടിയായിപ്പോയില്ലേ അവൻ.

പിഞ്ചുപ്രായത്തിലേ അവനെ തന്റെ കൈകളിലേല്പിച്ച് എന്നേക്കുമായി അകന്നുപോയതെന്തിനാണെന്ന് അച്ഛൻ പലപ്പോഴും സ്വയം പരിഭവിക്കും.

അടുത്ത നിമിഷം, 'വിധിയല്ലേ, അമർത്തിത്തുടച്ചാൽ മായണതല്ലല്ലോ തലേലെഴുത്തെ'ന്ന് സമാധാനിക്കുകയും ചെയ്യും.

അതുകൊണ്ടുതന്നെ പ്രാണനുതുല്യം സ്നേഹിച്ചാണ് അച്ഛനവനെ വളർത്തിയത്.

മരുന്നുകൊണ്ടൊന്നും ഫലമില്ലാതെ വന്നപ്പോഴാണ് അച്ഛൻ ജ്യോത്സ്യനെ വിളിച്ചുവരുത്തിയത്. നെറ്റിയിലും ദേഹത്തുമെല്ലാം ഭസ്മത്തിന്റെ വലിയ വരകളുള്ള ജ്യോത്സ്യൻ കവടിനിരത്തിപ്പറഞ്ഞു:

"സംശയല്ല്യ. ഇത് പേടിപ്പനൃന്നെ. പരിഹാരം ഒന്നേള്ളൂ. ആനവാല് കെട്ടി മോതിരവിരലിലിടണം. പിന്നൊന്ന് വലതുകൈ ത്തണ്ടയിലും കെട്ടണം."

നല്ലൊരുതുക ദക്ഷിണ വാങ്ങി, മടിക്കുത്തിൽ തിരുകി ജ്യോത്സ്യൻ പടിയിറങ്ങിയപ്പോൾ അച്ഛന്റെ മുഖത്ത് ആശ്വാസം.

"മോനിനി വിഷമിക്കണ്ടാട്ടോ. ജ്യോത്സ്യൻ പറഞ്ഞതു കേട്ടില്ലേ? നാളെത്തന്നെ നമുക്കാ പാപ്പാനെക്കണ്ട് ആനവാൽ വാങ്ങാം."

അച്ഛനവനെ ചേർത്തു നിർത്തി, നെറുകയിൽ സ്നേഹ ത്തോടെ തലോടിപ്പറഞ്ഞു.

രാത്രി ഉറങ്ങാൻ കിടന്നപ്പോഴും അവന്റെ മനസ്സുനിറയെ ആനയും ആനവാലും പാപ്പാനുമൊക്കെയായിരുന്നു.

അമ്പലപ്പറമ്പിൽവെച്ച് അവൻ പലപ്പോഴുമത് കണ്ടിട്ടുണ്ട്. കൊമ്പനാനയുടെ കാൽച്ചുവട്ടിൽത്തന്നെ കാണും പാപ്പാൻ. ബനിയനും കള്ളിമുണ്ടും ധരിച്ച്, തലയിൽ തോർത്തു മുണ്ടുകെട്ടി, മുറിബീഡി ആഞ്ഞുവലിച്ച്...

പാപ്പാന് എന്നും കള്ളുകുടിക്കണം, എപ്പോഴും ബീഡി വലി ക്കണം. അതിനു കാശുവേണം. കാശിനുവേണ്ടി എന്തും ചെയ്യാൻ മടിക്കില്ല. അതിനു കണ്ടെത്തിയ എളുപ്പവഴിയാണ് ആന വാൽ വില്പന.

ആനവാൽ വാങ്ങാൻ പലപ്പോഴും ആളുകളെത്തും. ചോദി ക്കുന്ന പണം എണ്ണിവാങ്ങി അയാൾ ആനവാൽ പറിച്ചുകൊടു ക്കുകയും ചെയ്യും. ആവശ്യക്കാരിൽനിന്ന് പണം എണ്ണിവാ ങ്ങാനും അയാൾ മടിക്കില്ല. ആനയുടെ വാലിലെ രോമങ്ങൾ സർവ്വശക്തിയുമെടുത്ത് വലിച്ചുപറിക്കണം. മുറിച്ചെടുത്താൽ അത്രയ്ക്ക് ഫലസിദ്ധിയുണ്ടാവില്ലത്ര!

അങ്ങനെയുമുണ്ട് വിശ്വാസം.

ഒന്നുരണ്ടുതവണ അവനത് നേരിട്ടു കണ്ടിട്ടുണ്ട്. യാതൊരു ദയയുമില്ലാതെ പാപ്പാൻ രോമം വലിച്ചുപറിക്കുമ്പോൾ ആന യുടെ വാലിൽ ചോരപൊടിയും. അതിന്റെ ഉണ്ടക്കണ്ണിൽ വെള്ളം നിറയും.

പാവം തോന്നിയിട്ടുണ്ട് അവന്.

പാപ്പാനെ പ്രാകിക്കൊണ്ടാണ് അവൻ കിടന്നുറങ്ങിയത്.

നേരം പുലർന്നപ്പോഴേ അവൻ അച്ഛന്റെ കൂടെ കാവിലെത്തി. ഓലമടലുകൾ ഒടിച്ചെടുത്ത് വായിലാക്കുകയാണ് കൊമ്പനാന. പാപ്പാൻ പതിവുപോലെ ബീഡിയും വലിച്ച് ആനയുടെ കാൽച്ചുവട്ടിലും...

"രണ്ട് ആനവാൽ വേണോല്ലോ പാപ്പാനേ."

പുത്തൻ നോട്ടുകൾ നീട്ടി അച്ഛൻ പറഞ്ഞു.

"അതിനെന്താ സാറേ? ഞാനുള്ളപ്പോൾ ആനവാലിനാണോ പഞ്ഞം? രണ്ടോ പത്തോ തരാല്ലോ."

പാപ്പാൻ ഉത്സാഹത്തോടെ പണം വാങ്ങി മടിക്കുത്തിൽവെച്ചു.

അവൻ ശ്രദ്ധിച്ചു, കൊമ്പനാനയുടെ വാലിൽ ഇനി ഏതാനും രോമം മാത്രമേയുള്ളൂ. ബാക്കിയെല്ലാം ഈ ദുഷ്ടൻ പറിച്ചുവിറ്റ് കള്ളുമോന്തിത്തീർത്തു.

ഹൗ, എത്ര വേദന തിന്നുകാണും, ആന!

പാപ്പാൻ ആനയുടെ പിന്നിലേക്ക് ചെന്ന് ആനവാൽ ശക്തിയോടെ പിഴുതെടുത്തു. വാലിൽനിന്നും ചോര തെറിച്ചു. ആനയുടെ കണ്ണുകൾ നിറഞ്ഞൊഴുകി. വേദന സഹിക്കവയ്യാതെ അത് അലറി.

"അയ്യോ!" അവൻ ഞെട്ടിയുണർന്ന് കരഞ്ഞു.

"എന്താ മോനേ? നിനക്കെന്തുപറ്റി?"

അച്ഛൻ പരിഭ്രമത്തോടെ ചോദിച്ചു.

"എനിക്ക്... എനിക്ക് ആനവാലു വേണ്ട."

അവൻ വിക്കിവിക്കി പറഞ്ഞു.

"അപ്പോ, മോന്റെ അസുഖം മാറണ്ടേ?"

"വേണ്ടച്ഛാ, പാവം കൊമ്പനാനയെ വേദനിപ്പിച്ച് എന്റെ അസുഖം മാറണ്ട."

അവൻ കണ്ണുതുടച്ചു.

അപ്പോൾ, ശാന്തനായിനിന്ന് തെങ്ങിൻപ്പട്ട തിന്നുന്ന ആനയുടെ രൂപമായിരുന്നു മനസ്സുനിറയെ. ആനയുടെ വാലുനിറയെ കറുത്ത രോമങ്ങളും കണ്ടു, അവൻ!

ദയ

"കഴിക്ക് മോളേ." അമ്മ അടുത്തിരുന്ന് നിർബ്ബന്ധിച്ചു.

"ഞൂഹും." ചോറിൽ നെയ്യൊഴിച്ച്, അതിൽ പപ്പടം പൊടിച്ചിട്ട്, ഉരുട്ടിയ ഉരുള പിഞ്ഞാണത്തിൽ തിരിച്ചിട്ട് അവളെഴുന്നേറ്റു.

"എന്നാൽ, മോളോട് അമ്മ പിണക്കാ. വയറുനിറച്ചും ചോറുണ്ടില്ലെങ്കിൽ പിന്നെങ്ങന്യാ വല്യ ആളാവാൻ പറ്റ്വാ?"

കവിൾ 'ഭും'ന്ന് വീർപ്പിച്ച്, താടിക്ക് കൈകൊടുത്തിരുന്നു, അമ്മ.

അത് പിണക്കത്തിന്റെ തുടക്കമാണെന്ന് അവൾക്കറിയാം.

താനിപ്പോൾ ചോറ് ഉരുട്ടിയുരുട്ടി വായിലാക്കിയാൽ അമ്മയുടെ പിണക്കവും 'ശൂ'ന്നില്ലാണ്ടാവും. അതും അവൾക്കറിയാം.

അമ്മയുടെ പിണക്കത്തിനുമുണ്ടൊരു ഭംഗി. അതുകാണാൻ രസമുണ്ട്. ഏതായാലും ഇത്തിരിനേരം കഴിയട്ടെ. എന്നിട്ടേ ഉണ്ണൂ.

"അമ്മാ..."

പുറത്തുനിന്നാണ്.

ശബ്ദം കേട്ടാലറിയാം. ഏതോ പിച്ചക്കാരിയാണ്.

"നാശം! ഓരോന്നിനൊക്കെ കേറിവരാൻ കണ്ട നേരം."

പിറുപിറുത്തുകൊണ്ട് അമ്മ എഴുന്നേറ്റു. പുറകെ അവളും.

പുറത്ത്, മുഷിഞ്ഞ സാരിയുടുത്ത ഒരു സ്ത്രീ. അവരുടെ

വിരലിൽത്തൂങ്ങി ഒരു ചെറുക്കനും.

നാലഞ്ചു വയസ്സേ കാണൂ.

അവനുമില്ല വൃത്തി.

അമ്മയുടെ മുഖത്ത് ദേഷ്യവും വെറുപ്പും നിഴലിക്കുന്നത് അവൾ കണ്ടു.

അവൾക്കും ആദ്യം തോന്നിയത് അതൊക്കെത്തന്നെ.

"ങും?" അമ്മ ചോദ്യഭാവത്തിൽ നെറ്റി ചുളിച്ചു.

"വിശക്കുന്നമ്മാ..." ആ സ്ത്രീ ദയനീയമായി പറഞ്ഞു.

അമ്മ അകത്തുപോയി ചില്ലറപ്പാത്രത്തിൽനിന്നും ഏതാനും നാണയങ്ങൾ കൊണ്ടുവന്ന് അവർക്കു നീട്ടി. എന്നാൽ അവരത് വാങ്ങാൻ കൂട്ടാക്കിയില്ല.

"പണം വേണ്ടമ്മാ. എന്റെ മോന് എന്തെങ്കിലും തിന്നാൻ

കൊടുത്താൽ മതി. മൂന്നു നാളായി അവനെന്തെങ്കിലും തിന്നിട്ട്. ഇങ്ങനെപോയാൽ എന്റെ മോൻ ചത്തുപോവും അമ്മാ..."

അവരുടെ കണ്ണുനിറഞ്ഞു, വാക്കിടറി.

തിണ്ണയിൽ തളർന്നിരിക്കുകയാണ് കുട്ടി. ക്ഷീണിച്ച് എല്ലും തോലുമായിട്ടുണ്ട്. അവൻ ദയനീയമായി അമ്മയെത്തന്നെ നോക്കി.

"പാവം!" അവൾക്ക് സങ്കടം വന്നു.

അവൾ അമ്മയുടെ മുഖത്തേക്ക് നോക്കി. ആ മുഖഭാവത്തിലുമുണ്ട് പ്രകടമായ മാറ്റം.

"ങ്ഹാ, നിങ്ങൾ അടുക്കളപ്പുറത്തേക്ക് വാ." അമ്മ പറഞ്ഞു.

അവർ മകനെയും കൂട്ടി അവിടെയെത്തി.

അവൾക്കായി നെയ്യും പപ്പടവും ചേർത്തു കുഴച്ച ചോറ് പിഞ്ഞാണത്തോടെ അവന്റെയടുത്തേക്ക് നീക്കിവെച്ച് അമ്മ പറഞ്ഞു:

"ങും, കഴിച്ചോളൂ."

അതുകണ്ട് ആ സ്ത്രീയുടെ കണ്ണുകൾ നിറഞ്ഞൊഴുകി. അവർ മകന്റെ നെറുകയിൽ തലോടി പറഞ്ഞു:

"കഴിച്ചോ മോനേ."

അവന്റെ മുഖവും തെളിഞ്ഞു, അപ്പോൾ.

അവൻ പിഞ്ഞാണത്തിൽനിന്നും ചോറ് ആർത്തിയോടെ 'കപ്പംകുപ്പം' വാരിത്തിന്നു. പിഞ്ഞാണത്തിൽ അവശേഷിച്ച അവസാന വറ്റും വായിലാക്കി അവനെഴുന്നേറ്റു.

അവനൊരു പുനർജ്ജന്മം ലഭിച്ചപോലെ അവൾക്കു തോന്നി. അവൾ സ്വയം പറഞ്ഞു.

"അമ്മയ്ക്ക് നൂറുപുണ്യം കിട്ടും!"

പിഞ്ഞാണം കഴുകി ഇറയത്തു കമിഴ്ത്തിവെച്ച് അവർ പറഞ്ഞു.

"വരട്ടേ അമ്മാ..."

ആ സ്ത്രീക്ക് കഴിക്കാനും അമ്മ എന്തൊക്കെയോ പൊതിഞ്ഞുകൊടുത്തു. കുട്ടിക്കായി ചില പഴയ കുപ്പായങ്ങളും.

പോവാൻ നേരം അവൻ അവളെനോക്കി തെളിഞ്ഞൊന്നു ചിരിച്ചു. അതോടെ അവളുടെ സങ്കടമെല്ലാം മാറി.

"ന്റെ പൊന്നുമോൾക്ക് അമ്മ വേറെ ചോറുണ്ടാക്കിത്തരട്ടോ?"

അവളുടെ കവിളിൽ ഉമ്മകൊടുത്ത് അമ്മ പറഞ്ഞു.

"വേണ്ടമ്മേ. എനിക്കൊട്ടും വിശപ്പില്ല. വയറ് നല്ലോണം നിറഞ്ഞു."

അവൾ തെളിഞ്ഞു ചിരിച്ചു.

പിറന്നാൾക്കുട്ടി

അവൻ സ്കൂളിൽനിന്നും വീട്ടുമുറ്റത്തെത്തേണ്ട താമസം, നായ്ക്കുട്ടി പാഞ്ഞെത്തും. അത്രയും നേരം പിരിഞ്ഞിരുന്നതിന്റെയും അപ്പോൾ കണ്ടുമുട്ടിയതിന്റെയും സ്നേഹപ്രകടനമാവും പിന്നെ.

നായ്ക്കുട്ടി അവന്റെ ദേഹത്തും കുപ്പായത്തിലും പുസ്തകസഞ്ചിയിലുമെല്ലാം മണത്തും നക്കിയും...

പിന്നെ രണ്ടും കൂടി മുറ്റത്തെങ്ങും നെട്ടോട്ടമാവും. അവനു പിന്നാലെ നായ്ക്കുട്ടിയും നായ്ക്കുട്ടിക്കു പിന്നാലെ അവനും.

വൈകുന്നേരങ്ങളിൽ ഇതൊരു സ്ഥിരം കാഴ്ചയാണ്. ഒടുവിൽ, അച്ഛനോ അമ്മയോ ഇടപെട്ട് കർശനമായി പറഞ്ഞാലല്ലാതെ അകത്തു കേറില്ല, രണ്ടും.

അവൻ ഭക്ഷണം കഴിക്കുമ്പോൾ അടുത്തുതന്നെ മറ്റൊരു പിഞ്ഞാണത്തിൽ നായ്ക്കുട്ടിക്കും തീറ്റ വേണം. അവൻ കിടക്കയിൽ കിടക്കുമ്പോൾ കട്ടിലിനു താഴെ മറ്റൊരു വിരിപ്പിൽ അതും!

'ഇതുങ്ങളെക്കൊണ്ട് സ്വൈരം കെട്ടല്ലോ ഈശ്വരന്മാരേ' എന്ന് അമ്മ പിറുപിറുക്കാത്ത ദിവസമില്ല.

പഞ്ഞിക്കെട്ടുപോലുള്ള നായ്ക്കുട്ടിയെ തന്നോടു ചേർത്തിരുത്തി, അതിനെ സ്നേഹത്തോടെ തലോടി അവൻ വിളിക്കും.

"ന്റെ പിറന്നാൾക്കുട്ടീ..."

ആ വിളിക്കു പിന്നിലൊരു കഥയുണ്ട്. ദിവസത്തിൽ പലത വണ അവൻ ഓർത്തെടുക്കാറുണ്ടത്.

രണ്ടുകൊല്ലം മുമ്പുള്ള പിറന്നാൾ ദിനത്തിലാണ്.

അക്കൊല്ലം അച്ഛനവന് പിറന്നാൾ സമ്മാനമായി കൊടു ത്തത് നീലനിറമുള്ള പുതുപുത്തൻ കൊച്ചു സൈക്കിളാണ്. രണ്ടു പിടിയിലും തൂങ്ങുന്ന സ്വർണ്ണവള്ളികളുള്ള, സീറ്റിൽ നിറയെ പൂക്കളുള്ള, ചക്രങ്ങളുടെ നടുവിൽ മഴവിൽനിറമുള്ള വളയമിട്ട സൈക്കിൾ.

ഒറ്റനോട്ടത്തിൽത്തന്നെ അവനത് വളരെ ഇഷ്ടമായി.

സൈക്കിൾ വീട്ടുമുറ്റത്തിങ്ങനെ വെച്ചിരുന്നിട്ടു കാര്യമില്ല ല്ലോ. അതിൽക്കയറിയൊന്ന് ചുറ്റിയടിച്ചാലല്ലേ പിറന്നാൾക്കാ രന്റെ ഗമ നാലാളെ അറിയിക്കാനാവൂ?

അതിനവനൊരു വഴി കണ്ടെത്തി.

"അമ്മേ, ഞാനൊന്ന് അമ്പലത്തിൽ പോയി തൊഴുതിട്ടുവ ന്നാലോ?"

അവൻ ചോദിച്ചു.

ദൈവകാര്യമല്ലേ, അമ്മയെന്തിനെതിർക്കണം? വിചാരിച്ച തിലും എളുപ്പത്തിൽ അമ്മയുടെ പച്ചക്കൊടി കിട്ടി.

അപ്പോഴേക്കും അവന്റെ ചില കൂട്ടുകാരും അവരുടെ പഴയ സൈക്കിളുകളിൽ അവിടെയെത്തി. ഒന്നിച്ചുള്ള യാത്രയാവു മ്പോൾ സന്തോഷം കൂടുമല്ലോ.

"വഴിയിൽ തിരക്കുണ്ടാവും. സൂക്ഷിച്ച്, പതുക്കെ പോണേ മോനേ." അമ്മ തന്റെ പതിവു പരിഭ്രമം മറച്ചുവെച്ചില്ല.

അവനുണ്ടോ അതു വല്ലതും കേൾക്കുന്നു? വളഞ്ഞും തിരി ഞ്ഞുമുള്ള വഴികളിലൂടെ അവനും കൂട്ടുകാരും സൈക്കിളിൽ പാഞ്ഞു. പുതിയ സൈക്കിളിന്റെ ഉടമയായതിലുള്ള സന്തോഷം അവന്റെ മുഖത്ത് തെളിഞ്ഞുകാണാമായിരുന്നു.

ഒട്ടും വിചാരിക്കാതെയാണ് അതു സംഭവിച്ചത്.

ഒരു വളവു തിരിഞ്ഞതും അവന്റെ സൈക്കിൾ വഴിയോ രത്ത് നിന്നിരുന്ന നായ്ക്കുട്ടിയെ ഇടിച്ചിട്ടു!

ഇടിയുടെ ആഘാതത്തിൽ തെറിച്ചുവീണ നായ്ക്കുട്ടിയുടെ ദേഹത്തുനിന്നും ചോരയൊഴുകിക്കൊണ്ടിരിക്കുന്നു!

എന്തുചെയ്യണമെന്നറിയാതെ അവൻ തരിച്ചുനിന്നു.

“വേഗം സ്ഥലം വിട്ടോ. ആരെങ്കിലും കണ്ടാൽ പ്രശ്നമാവും.”

കൂട്ടുകാർ അവനെ ഉപദേശിച്ച് കടന്നുപോയി.

നായ്ക്കുട്ടിയെ ആ അവസ്ഥയിൽ വിട്ട് വീട്ടിലേക്ക് പോവാൻ അവനു മനസ്സുവന്നില്ല. അവൻ തന്റെ കുപ്പായമഴിച്ച് അതിന്റെ ദേഹത്തെ മുറിവിൽക്കെട്ടി. പിന്നെ, വേദനകൊണ്ടു ഞരങ്ങുന്ന അതിനെയുംകൊണ്ട് മടങ്ങി.

മകന്റെ പ്രവൃത്തിയെ അച്ഛനമ്മമാർ പിന്തുണച്ചു. നായ്ക്കുട്ടിയോട് അവൻ കാണിച്ച സഹാനുഭൂതിയെ അവർ പ്രശംസിച്ചു.

പിന്നെ, തിരക്കിട്ട ചികിത്സകളുടെ കാലമായിരുന്നു. നഗരത്തിലെ മൃഗഡോക്ടറെ വരുത്തി അച്ഛനതിനെ ചികിത്സിപ്പിച്ചു. മരുന്നും തീറ്റയും നേരംതെറ്റാതെ നല്കിയപ്പോൾ നായ്ക്കുട്ടിയുടെ മുറിവുണങ്ങി. അത് പഴയ പ്രതാപം വീണ്ടെടുത്തു.

നായ്ക്കുട്ടിയുടെ ഉടമസ്ഥനെ തേടിയുള്ള അന്വേഷണമായി പിന്നീട്. ഏറെനേരത്തെ തിരച്ചിലിനൊടുവിൽ അയാളെ കണ്ടെത്തി. എന്നാൽ, നായ്ക്കുട്ടിയുടെയും അവന്റെയും കഥമുഴുവൻ കേട്ടപ്പോൾ അയാളുടെ മനസ്സുമാറി. നായ്ക്കുട്ടിയെ അവനുതന്നെ കൊടുത്ത് അയാൾ പറഞ്ഞു:

“ഇത് പിറന്നാൾക്കാരന്റെ നായ്ക്കുട്ടിയാണ്, പിറന്നാൾക്കുട്ടി! ഇത് മോന്റെകൂടെത്തന്നെ വളരട്ടെ!”

നിധികിട്ടിയ സന്തോഷത്തോടെയാണ് നായ്ക്കുട്ടിയെയുംകൊണ്ട് അവനന്നു വീട്ടിലെത്തിയത്.

“ന്റെ പൊന്നു പിറന്നാൾക്കുട്ടീ...”

അവനതിനെ ഒന്നുകൂടി തലോടി. അപ്പോഴവന്റെ കണ്ണിൽ സന്തോഷക്കണ്ണീർ നിറഞ്ഞു.

തത്തമ്മ

ഇരുട്ടാണ്,

കൂരിരുട്ടാണ്.

കുറ്റാക്കൂരിരുട്ടാണ്.

വെളിച്ചത്തിന്റെ ഒരു തരിയെങ്കിലും കാണാനായെങ്കിൽ...

അടച്ചിട്ട ജനൽപ്പാളിയും കടന്ന് ഇത്തിരി കാറ്റ് അകത്തോട്ട് വന്നെങ്കിൽ...

ഒന്നു മിണ്ടാനും പറയാനും ഒരു കൂട്ടുകിട്ടിയിരുന്നെങ്കിൽ...

മുറിക്കുള്ളിൽ അവനു ശ്വാസം മുട്ടി. കുറേനേരമായി ആ അടച്ചുപൂട്ടിയ മുറിയിൽ അവനൊറ്റയ്ക്കാണ്. അച്ഛനുമമ്മയും അനിയത്തിയുമെല്ലാം പുറത്തെവിടെയോ പോയിരിക്കുകയാണ്. അവരെന്തേ തന്നെ മാത്രം തനിച്ചാക്കി വാതിൽ പൂട്ടിപ്പോയത്?

അവന് സങ്കടം വന്നു.

സമയം ഒട്ടും നീങ്ങാത്തതുപോലെ...

മുറിയിലെ ഇരുട്ടിൽ ഇനിയും കഴിഞ്ഞാൽ താൻ മരിച്ചു പോകുമെന്നുതന്നെ അവൻ ഭയന്നു.

പെട്ടെന്നതാ, വാതിലിനിടയിലൂടെ ഒരു കൈ നീണ്ടുനീണ്ട്...

“ഹയ്യോ!” അവൻ അലറി വിളിച്ചു.

“എന്താ മോനേ?” തനിക്കേറെ പരിചയമുള്ള ശബ്ദം. ആരോ തന്നെ തലോടുന്നുണ്ട്. അവൻ കണ്ണുതുറന്നു നോക്കി.

താനപ്പോൾ നല്ല വെളിച്ചമുള്ള മുറിയിൽ, നിറയെ പൂക്ക

ളുള്ള കിടക്കയിൽ...!

തൊട്ടടുത്തിരുന്ന്, തന്നെ തലോടി അമ്മ. പുഞ്ചിരിയോടെ അച്ഛൻ. കുഞ്ഞുവിരൽ മൂക്കത്തുവെച്ച് തന്നെ കളിയാക്കാനൊരുങ്ങി അനിയത്തി.

"എന്റെ മോൻ പേടിസ്വപ്നം കണ്ടോ?" അമ്മ തിരക്കി.

"പേടിത്തൊണ്ടൻ. ഇവനാ പൊലീസാവാൻ പോന്നേ!" അച്ഛൻ ചിരിച്ചുകൊണ്ട് പറഞ്ഞു.

"അയ്യേ, ഏട്ടന്റെ നിക്കറ് നനഞ്ഞേ!"

മൂക്കിൽനിന്നു വിരലെടുക്കാതെ അനിയത്തി കളിയാക്കി.

മുഖം കോട്ടി, എല്ലാവരോടും കെറുവിച്ച് അവനെഴുന്നേറ്റു. പിന്നെ ആരോടുമൊന്നും പറയാതെ നേരെ പൂമുഖത്തേക്ക് വെച്ച

ടിച്ചു. അവിടെ, അരമതിലിൽ മുട്ടിൽ തലതാഴ്ത്തി ഒറ്റയിരിപ്പ്!

ശരിക്കുമൊരു പ്രതിമയാണെന്നേ തോന്നൂ, ഇപ്പോൾ.

"പേടിത്തൊണ്ടൻ..."

ദേ, പിന്നെയും ആ വിളി!

അവൻ നോക്കി. തത്തക്കൂട്ടിൽ നിന്നാണത്.

തത്തമ്മപ്പെണ്ണിന് കൊഞ്ചാൻ കണ്ട നേരം!

അവനതിനെ നോക്കി കൊഞ്ഞനം കുത്തി.

പെട്ടെന്നവന്റെ മനസ്സുമാറി. തത്തമ്മയെത്തന്നെ നോക്കിയിരിക്കെ അവനതിനോട് സ്നേഹം തോന്നി, സഹതാപവും.

കൂട്ടിനുള്ളിൽ കാലാകാലം അടയ്ക്കപ്പെട്ട തത്തമ്മ...

ഇരുട്ടുമുറിയിൽ ഇത്തിരിനേരം അടയ്ക്കപ്പെട്ട താൻ...

പാവം തത്തമ്മ.

അവൾക്ക് എത്ര ശ്വാസംമുട്ടുന്നുണ്ടാവും ഈ കൊച്ചുകൂടിനുള്ളിൽ! ആകാശത്ത് സ്വതന്ത്രമായി പറന്നു നടക്കാൻ, മറ്റു തത്തകൾക്കൊപ്പം കൂട്ടുകൂടാൻ അവൾക്കുമുണ്ടാവില്ലേ ആഗ്രഹം?

അവന്റെ മനസ്സിൽ പലതരം ചിന്തകൾ നിറഞ്ഞു.

ഒടുവിൽ, രണ്ടും കല്പിച്ച് അവനെഴുന്നേറ്റു. തത്തക്കൂടിനടുത്തുചെന്ന് അതിന്റെ കൊച്ചുവാതിൽ തുറന്നു. പിന്നെ, കൈ അകത്തേക്കിട്ടിട്ട് തത്തമ്മയെ വാരിയെടുത്തു.

അവൻ തത്തമ്മയെ വായുവിലേക്കെറിഞ്ഞ്, പറഞ്ഞു:

"പൊയ്ക്കോ."

തത്തമ്മ ഒന്നു ചിലച്ച്, പറന്നുയർന്നു.

അവൾ തന്നോട് നന്ദി പറയുകയാണെന്നു തോന്നി, അവന്.

"എന്താ മോനേ, നീയീ കാട്ട്യേത്?"

പൂമുഖത്തേക്ക് വന്ന അമ്മ തലയ്ക്ക് കൈവെച്ചു.

"അത് പോട്ടെ."

അവൻ മുഖം തെളിഞ്ഞു ചിരിച്ചു.

"നിന്റെ ഇഷ്ടം."

മകൻ ചെയ്തത് വലിയൊരു ശരിയാണെന്നു മനസ്സിലാക്കി അമ്മ പറഞ്ഞു.

തത്തമ്മ അതിനകംതന്നെ അഴികളില്ലാത്ത സ്വതന്ത്രലോകത്തേക്ക് പറന്നുയർന്നുകഴിഞ്ഞിരുന്നു.

പാട്ടുകാരിക്കുട്ടി

എങ്ങനെയാണ് ആ നിമിഷങ്ങളിലെ ആഹ്ലാദത്തെക്കുറിച്ച് പറയുകയെന്ന് അവൾക്കറിയില്ല. എങ്ങനെ പറഞ്ഞാലും അത് അവളനുഭവിച്ചതിന്റെ ചെറിയൊരു ഭാഗം മാത്രമേ ആവൂ.

സ്കൂളിന്റെ മുൻവശത്തെ ഗ്രൗണ്ടിൽ വരിവരിയായി നില്ക്കുന്ന മുഴുവൻ കുട്ടികളും കേൾക്കെ ഹെഡ്മാസ്റ്റർ മൈക്കിലൂടെ പറഞ്ഞു:

"പ്രിയപ്പെട്ട കുട്ടികളേ, അസംബ്ലിയിൽ ഇനി നടക്കാൻ പോകുന്നത് സവിശേഷമായ ഒരു കർമ്മമാണ്. നമുക്കെല്ലാവർക്കും പ്രിയങ്കരനായിരുന്ന മുൻ അദ്ധ്യാപകന്റെ സ്മരണയ്ക്കായി സ്കൂളിൽ നടത്തിയ ഗാനാലാപന മത്സരത്തിൽ ഒന്നാമതെത്തിയ മിടുക്കിക്ക് ഇവിടെവെച്ച് സമ്മാനം നല്കുകയാണ്. സമ്മാനം സ്വീകരിക്കാനായി നാളെയുടെ വാഗ്ദാനമായ ആ കൊച്ചുഗായികയെ വേദിയിലേക്ക് സഹർഷം സ്വാഗതം ചെയ്യുന്നു."

അതുകേട്ടതും അവളുടെ മനസ്സ് സന്തോഷംകൊണ്ട് നിറഞ്ഞു. അവൾ വേദിയിലേക്ക് നടന്നു. സഹപാഠികളുടെ നിലയ്ക്കാത്ത കൈയടി അവളുടെ സന്തോഷം ഇരട്ടിയാക്കി.

"നമ്മുടെ സ്കൂളിന്റെ അഭിമാനമായ ഈ ഗായികയ്ക്ക് ഭാവിജീവിതത്തിൽ ഒട്ടേറെ നേട്ടങ്ങൾ ഉണ്ടാക്കാനാവട്ടെ!"

ഹെഡ്മാസ്റ്റർ അവളെ തോളിൽത്തട്ടി അഭിനന്ദിച്ചു. തുടർന്ന്, വർണ്ണക്കടലാസിൽ പൊതിഞ്ഞ സമ്മാനം പുഞ്ചിരിയോടെ അവൾക്ക് നല്കി. അത് ഏറ്റുവാങ്ങുമ്പോൾ സന്തോഷംകൊണ്ട് അവളുടെ കണ്ണുകൾ നിറഞ്ഞു.

പ്രിയപ്പെട്ട അദ്ധ്യാപകർക്കും കൂട്ടുകാർക്കും മുന്നിൽവെച്ച് തനിക്കു കിട്ടിയ അംഗീകാരത്തിന്റെ വില എത്ര വലുതാണെന്ന് അവൾക്ക് നന്നായറിയാമായിരുന്നു. അദ്ധ്യാപകന്റെ കാൽ തൊട്ടു വണങ്ങി, സമ്മാനപ്പൊതി കൂട്ടുകാരെ ഉയർത്തിക്കാട്ടി പോകാനൊരുങ്ങിയതും അദ്ദേഹം അവളോടു പറഞ്ഞു.

"നിന്നെ ഈ സമ്മാനത്തിന് അർഹയാക്കിയ ഗാനം ഒന്നു കൂടി പാടണം."

അതു കേൾക്കേണ്ട താമസം കുട്ടികൾ ഉറക്കെ വിളിച്ചു പറഞ്ഞു.

"പാടണം, പാടണം."

"ഞങ്ങൾക്കും പാട്ടു കേൾക്കണം."

അവൾ മൈക്കിനു മുന്നിലേക്ക് നീങ്ങിനിന്ന് തൊണ്ടയനക്കി പാടിത്തുടങ്ങി.

"സ്വപ്നങ്ങൾ...
സ്വപ്നങ്ങളേ നിങ്ങളീ ഭൂമിയിൽ
ഇല്ലായിരുന്നെങ്കിൽ
നിശ്ചയം ശൂന്യമീ ലോകം..."

സൂചി വീണാൽപ്പോലും കേൾക്കാവുന്നത്ര നിശ്ശബ്ദതയോടെ കുട്ടികൾ പാട്ടിൽ ലയിച്ചുനിന്നു. പാട്ടുതീർന്നതും അവർ വീണ്ടും കൈയടിച്ചു.

ആ ആരവങ്ങൾക്കിടയിലൂടെ അവൾ സമ്മാനപ്പൊതിയുമായി, തലയുയർത്തി വേദിയിൽ നിന്നിറങ്ങി.

ക്ലാസിലെത്തിയതും പൊതിയിലെന്താണെന്നറിയാൻ അവൾക്ക് തിടുക്കമായി. ആ വർണ്ണക്കടലാസ് പൊളിച്ചുമാറ്റിയപ്പോഴുണ്ട്, അതിനുള്ളിൽ സ്റ്റീലിന്റെ മനോഹരമായ ഒരു ചോറ്റുപാത്രം! തന്റെ കഴിവിനു കിട്ടിയ ഈ അംഗീകാരം ഏറെ വിലപ്പെട്ടതാണ്. ഒരു നിധി കണക്കെ ഈ സമ്മാനം എന്നും സൂക്ഷിച്ചുവെക്കണം.

അവൾ മനസ്സിലുറപ്പിച്ചു.

വൈകീട്ട് ക്ലാസു കഴിയുന്നതുവരെ അവളുടെ കണ്ണ് ആ ചോറ്റുപാത്രത്തിൽ തന്നെയായിരുന്നു. ഇടയ്ക്ക് കൂട്ടുകാർ വന്ന് അവളുടെ അനുവാദത്തോടെ അതെടുത്ത് തിരിച്ചും മറിച്ചും നോക്കി. അവരിലൊരാൾ പറഞ്ഞു.

"നിന്റെ ഭാഗ്യം!"

ഓരോ പീര്യേഡും ക്ലാസിൽവന്ന അദ്ധ്യാപകർ അവളെ അഭിനന്ദിക്കാൻ മറന്നില്ല.

അങ്ങനെ നിറമനസ്സോടെയാണ് അവസാന വിഷയവും കഴിഞ്ഞ് അവൾ സ്കൂളിൽനിന്നിറങ്ങിയത്. പുസ്തകസഞ്ചിക്കുള്ളിൽ സമ്മാനപ്പാത്രവും ഭദ്രമായിവെച്ച് അവൾ ബസ്സ്റ്റാന്റിലേക്ക് നടന്നു. വീട്ടിലെത്തി തന്റെ സമ്മാനം അമ്മയെ കാണിക്കുന്നതും ആ സന്തോഷത്തിൽ അമ്മ തന്നെ ചേർത്തുനിർത്തി ഉമ്മ തരുന്നതുമൊക്കെ അവൾ മനസ്സിൽ കണ്ടു.

'ഹോ, എങ്ങനെയും ഒന്നു വീട്ടിലെത്തിയാൽ മതിയായിരുന്നു!'

അവൾ വേഗം നടന്നു.

ബസ്സ്റ്റാന്റിലെത്തിയിട്ടും അവൾക്കു പോകാനുള്ള ബസ് എത്തിയിരുന്നില്ല. അവൾ അക്ഷമയോടെ അങ്ങുമിങ്ങും ഉലാത്തി.

"സ്വപ്നങ്ങൾ..."

പെട്ടെന്നതാ, താൻ പാടിയ അതേ പാട്ട് ആരോ മൂളിത്തുടങ്ങുന്നു! അവൾ കാതോർത്തു. ആകാംക്ഷയോടെ ചുറ്റും കണ്ണോടിച്ചു.

ബസ്സ്റ്റാന്റിന്റെ ഒരു മൂലയിൽ, കീറിപ്പറിഞ്ഞ, മുഷിഞ്ഞ കുപ്പായമിട്ട് ഒരു പാവം നാടോടി പെൺകുട്ടി സ്വയം മറന്നു പാടുകയാണ്. അവൾക്കു മുന്നിലുള്ള ചളുങ്ങിയ പിഞ്ഞാണത്തിൽ കുറെ നാണയത്തുട്ടുകൾ.

"സ്വപ്നങ്ങളെ നിങ്ങളീ ഭൂമിയിൽ
ഇല്ലായിരുന്നെങ്കിൽ..."

ഈണവും താളവും കടുകിട തെറ്റാതെയുള്ള ആലാപനം. അതവളെ അത്ഭുതപ്പെടുത്തി. ഈശ്വരൻ കനിഞ്ഞുനല്കിയ ശബ്ദഭംഗി തന്നെ. പള്ളിക്കൂടത്തിന്റെ പടിപോലും കാണാത്ത ഈ പെൺകുട്ടിയുടെ പാട്ടിനു മുന്നിൽ തന്റെ പാട്ടിന് എന്തു

സ്ഥാനമാണ്? മത്സരത്തിന് ഇവൾകൂടിയുണ്ടായിരുന്നെങ്കിൽ താനെപ്പോഴേ പിന്നിലാവുമായിരുന്നു? പട്ടിണിയും പരിവട്ടവുമായി ജീവിക്കുന്ന ഇവൾക്ക് എന്തു സ്വപ്നമാണ് കാണാനുള്ളത്?

അവൾ സഞ്ചിതുറന്ന് തന്റെ ചോറ്റുപാത്രമെടുത്ത് ആ നാടോടിബാലികയ്ക്ക് നീട്ടി. ബാലിക അതു വാങ്ങാൻ മടിച്ചപ്പോൾ നിർബ്ബന്ധപൂർവ്വം ഏല്പിച്ച് തിരിഞ്ഞുനടന്നു.

എന്തെന്നില്ലാത്ത ആശ്വാസത്തോടെ നില്ക്കുമ്പോഴുണ്ട്, അവൾക്കു പോകാനുള്ള ബസ് മുന്നിലെത്തി. അവൾ അതിൽ കയറി ജനാലയ്ക്കരികിലെ സീറ്റിൽ ചെന്നിരുന്നു. ബസ് പതുക്കെ മുന്നോട്ടുനീങ്ങിയപ്പോഴും നാടോടിപ്പെൺകുട്ടിയുടെ പാട്ട് അവ്യക്തമായി കേൾക്കാമായിരുന്നു.

"...നിശ്ചലം ശൂന്യമീ ലോകം."

വീട്ടിൽച്ചെന്ന് ഇക്കാര്യം അമ്മയോട് പറയുമ്പോൾ ഉണ്ടാകാവുന്ന പ്രതികരണത്തെപ്പറ്റി അവൾക്ക് ആശങ്കയേതും തോന്നിയില്ല.

ആശങ്കയെന്തിനാ?

അതു തന്റെ പൊന്നമ്മയല്ലേ!?

ബസ് അവളെയുംകൊണ്ട് വീട്ടിലേക്ക് കുതിച്ചു.

ഹാർമ്മോണിയപ്പെട്ടി

ഒഴിഞ്ഞ വയറ്റിൽ താളംപിടിച്ച് പാട്ടുപാടി അവൻ അവസാനത്തെ ബസിൽനിന്നും ചാടിയിറങ്ങി. രാത്രി ഏറെ വൈകിയതിനാൽ ബസിൽ യാത്രക്കാർ കുറവായിരുന്നു. അവരിൽത്തന്നെ കണ്ണിൽച്ചോരയുള്ളവർ ഒന്നോ രണ്ടോ പേർ മാത്രം. അവർ നല്കിയ ചില്ലറ നാണയങ്ങൾ കീറിത്തുടങ്ങിയ ട്രൗസറിന്റെ കീശയിലിട്ട് അവൻ ആളൊഴിഞ്ഞ കടത്തിണ്ണയിലേക്കോടി.

അവന്റെ മുഖത്ത് ആശ്വാസത്തിന്റെ വെള്ളിവെളിച്ചം.

ഈ നാണയങ്ങൾ കൂടിയാവുമ്പോൾ പണം തികയും.

മോഹങ്ങൾ അടക്കിവെച്ചും വിശക്കുമ്പോൾ അരവയറുണ്ടും അവൻ മിച്ചംപിടിച്ച നാണയങ്ങൾ...

കീശയിൽ ഭദ്രമായി പൊതിഞ്ഞുസൂക്ഷിച്ച പണപ്പൊതി തുറന്ന് അവൻ വീണ്ടും എണ്ണിനോക്കി.

ഇപ്പോൾ ഏതാണ്ടൊപ്പിക്കാം.

കവലയിലൊരാളോട് വില പറഞ്ഞുറപ്പിച്ച ഹാർമോണിയപ്പെട്ടി ഇനി തനിക്കു സ്വന്തം! വയറ്റത്തടിച്ച് ഇനി ഒരുപാടുനാൾ പാടാനാവില്ല. താളംപിടിച്ച് വയറിന്റെ ഇരുവശവും കരുവാളിച്ച് കഴിഞ്ഞു. മാത്രമല്ല, ഇടയ്ക്കും തലയ്ക്കും വരുന്ന വല്ലാത്ത വേദനയും.

അമ്മയായിരുന്നു തന്നെ ഏറ്റവും കൂടുതൽ വിലക്കിയിരുന്നത്.

"വേണ്ട മോനേ. ഇങ്ങനെ വയറ്റത്തടിച്ചു പാടിപ്പാടി നിനക്കെന്തെങ്കിലും പറ്റിയാൽ എനിക്കാരാള്ളേ?"

അമ്മയുടെ കണ്ണുകൾ നിറഞ്ഞൊഴുകും അപ്പോൾ.

"എനിക്കൊന്നും വരില്ലമ്മേ. അമ്മ വിഷമിക്കരുത്."

ഇതും പറഞ്ഞിറങ്ങും എന്നും ബസ്സ്റ്റാന്റിലേക്ക്.

താൻ അമ്മയ്ക്ക് വാക്കുകൊടുത്തപോലെ, അമ്മ ആഗ്രഹിച്ചപോലെ തനിക്കൊന്നും പറ്റിയില്ല. പക്ഷേ, അമ്മ പോയി. ഒരു നാൾ വൈകീട്ട് അന്നത്തെ സമ്പാദ്യവുമായി വീട്ടിലെത്തുമ്പോൾ...

ചേതനയറ്റ അമ്മയുടെ ശരീരം...!

ആകെ തളർന്നുപോയി.

താൻ ശരിക്കുമൊരു അനാഥനാണെന്ന് തിരിച്ചറിഞ്ഞതന്നാണ്.

വയറു വിശന്നപ്പോൾ വീണ്ടും പാടിത്തുടങ്ങി; വയറ്റത്തടിച്ച്...

അമ്മയുടെ ഓർമ്മകൾ അവനെ നോവിച്ചുകൊണ്ടേയിരുന്നു.

പണപ്പൊതി കീശയിൽ നിക്ഷേപിച്ച് അവൻ കടത്തിണ്ണയിൽ നിന്നെഴുന്നേറ്റു.

ഇനി തട്ടുകടയിൽനിന്ന് എന്തെങ്കിലും കഴിക്കണം. പിന്നെ, ദാഹം തീർക്കാൻ ഇത്തിരി പൈപ്പുവെള്ളവും.

അവൻ മുന്നോട്ടു നടന്നു.

പെട്ടെന്നാണ് അവനതു കണ്ടത്. സ്റ്റാന്റിന്റെ ഇരുണ്ട മൂല യിൽ ഒരു മനുഷ്യരൂപം! അതു കിടന്നു പിടയ്ക്കുന്നു.

അവന്റെ നെഞ്ചിടിപ്പുയർന്നു. മറ്റൊന്നും ചിന്തിക്കാതെ അവൻ അങ്ങോട്ടോടി.

പത്തൻപതു വയസ്സ് തോന്നിക്കുന്ന ഒരു സ്ത്രീയാണ്. എണ്ണ മയമില്ലാതെ പാറിക്കിടക്കുന്ന മുടിയിഴകളുള്ള, മുഷിഞ്ഞ സാരി യുടുത്ത സ്ത്രീ.

അസഹ്യമായ വേദനയാൽ വയറ്റിൽ കൈയമർത്തി അവർ ഞരങ്ങുകയാണ്. അടുത്തുതന്നെ അവരുടെ കൊച്ചുമകനും. അവന്റെ മുഖവും വാടിയിട്ടുണ്ട്.

ആ സ്ത്രീയുടെ വയറ്റിലും കരുവാളിച്ച പാടുകൾ...!

ആ മുഖം തന്റെ അമ്മയെ ഓർമ്മിപ്പിക്കുംപോലെ...

അവരും തന്നെപ്പോലെ മറ്റേതെങ്കിലും ബസ്സ്റ്റാന്റിൽ വയ റ്റത്തടിച്ചു പാടുന്നവരായിരിക്കുമോ?

അവനു നൊന്തു.

"അമ്മയ്ക്കെന്താ പറ്റ്യേ?"

ആ സ്ത്രീയുടെ അടുത്തിരുന്ന് അവൻ ചോദിച്ചു.

"വയ്യ മോനേ, ഈ മരുന്നു കിട്ടിയില്ലെങ്കിൽ..."

അവർ വിഷമിച്ച് പറഞ്ഞൊപ്പിച്ചു. അവരുടെ കൈയിൽ ഒരു മരുന്നുകുറിപ്പ് നാലായി മടക്കിപ്പിടിച്ചിരുന്നു. വിയർപ്പു പുരണ്ട് മുഷിഞ്ഞ ഒരു കടലാസ്.

അവനാ സ്ത്രീയെയും മകനെയും മാറിമാറി നോക്കി.

അവർക്കെന്തെങ്കിലും സംഭവിച്ചാൽ, ഇവനും തന്നെപ്പോലെ അനാഥനാവും. പിന്നെ, ഈ നഗരത്തിൽ തന്നെപ്പോലെ വയറ്റ ത്തടിച്ച് പാട്ടുപാടി...

ഹോ! അതു പാടില്ല.

അവൻ സ്ത്രീയുടെ കൈയിൽനിന്നും കടലാസ് വലിച്ചെടു ത്തു. പിന്നെ അതുമായി മരുന്നുകട ലക്ഷ്യമാക്കി നടന്നു.

ചുവപ്പും വെള്ളയും നിറമുള്ള ഒരുകെട്ടു ഗുളികകൾ കട ക്കാരൻ അവനു പൊതിഞ്ഞുനല്കി. പിന്നെ, മഞ്ഞക്കടലാസിൽ

ഒരു ബില്ലും.

ട്രൗസറിന്റെ കീശയിൽനിന്നും പണപ്പൊതിയെടുത്ത്, അതു തുറക്കാതെതന്നെ അയാൾക്കു നീട്ടിക്കൊണ്ട് അവൻ പറഞ്ഞു.

“ഇത്രേള്ളൂ എന്റെ കൈയിൽ...”

തിരിഞ്ഞു നടക്കുമ്പോൾ, തനിക്കിനി ഹാർമോണിയപ്പെട്ടി സ്വന്തമാക്കാനാവില്ലെന്ന് അവൻ തിരിച്ചറിഞ്ഞു.

എന്നിട്ടും, അവനൊട്ടും വിഷമം തോന്നിയില്ല.

മടുപ്പ്

ഒഴിവുകാലത്തിന്റെ പഴയ ഓർമ്മകൾ അയവിറക്കിയാണ് അവൾ വീണ്ടും അവിടെയെത്തിയത്.

മഹാരസികനാണ് അപ്പേട്ടൻ. കഥകളറിയാം. നന്നായി പാടും. വേണമെങ്കിൽ തലയിൽ ചുവന്ന തുണികെട്ടി മാജിക്കുകാരനുമാവും. തനിക്കുവേണ്ടി തോടും തൊടിയും കടന്ന് നാടുകാണാനും തയ്യാർ.

ഒഴിവുകാലത്തിന് അർത്ഥമുണ്ടാകുന്നതുതന്നെ അപ്പേട്ടന്റെ സാമീപ്യമാണ്. തന്നേക്കാൾ മൂന്നുനാലു ക്ലാസിന് മൂത്തതാണെങ്കിലും ശരിക്കുമൊരു കളിക്കൂട്ടുകാരനായി...

ഓണക്കാലത്ത് പൂവട്ടിയിൽ തുമ്പപ്പൂ പറിച്ചുകൂട്ടും. തുമ്പച്ചെടിക്കരികിലിരുന്ന് കുഞ്ഞരിപ്പൂക്കൾ ഒന്നൊന്നായി പറിച്ചെടുത്ത്...

തണുത്തുറഞ്ഞ വെള്ളമാവും പുഴയിൽ. എന്നിട്ടും പുലർച്ചെ തന്നെ അതിലിറങ്ങി മുങ്ങി...

കൈതച്ചോട്ടിൽ പാമ്പുകാണും. മുതിർന്നവർ പറയാറുണ്ടങ്ങനെ. ആ പേടി കുറച്ചൊക്കെയുണ്ടെങ്കിലും പുറമെ ധൈര്യം നടിച്ച്, പൊട്ടക്കുളത്തിന്റെ കരയിൽനിന്നും അപ്പേട്ടൻ കൈതപ്പൂവ് കൈയെത്തിപ്പറിക്കും. തേച്ചുമടക്കിയ തുണികൾക്കുള്ളിൽ കൈതപ്പൂവുവെച്ചാൽ നല്ല മണമായിരിക്കും. അത്തറ് പൂശിയ പോലെ...

അപ്പേട്ടനോടൊപ്പമാവുമ്പോൾ ദിവസങ്ങളങ്ങനെ പറപറക്കും. ചിരിച്ചും കളിച്ചും ഇണങ്ങിയും പിണങ്ങിയും വീണ്ടും ഇണങ്ങിയും...

എന്തായാലും കൂടുതൽനേരം അപ്പേട്ടനോട് പിണങ്ങിയിരിക്കാൻ അവൾക്കാവില്ല.

അവധി കഴിഞ്ഞ് തിരിച്ചു പോവാറാകുമ്പോഴാണ് വിഷമം. ഒക്കെ നഷ്ടപ്പെടുന്നതുപോലെ. പിന്നെ കരച്ചിലായി, പിഴിച്ചിലായി.

പക്ഷേ, പോകാതിരിക്കാനാവില്ലല്ലോ.

പതിവ് ഇങ്ങനെയൊക്കെയായിരിക്കെ ഇക്കുറിയെന്തേ ഇതുപോലെയായേ?

തന്നെ കാണേണ്ട താമസം ചിരിച്ചുകൊണ്ട് ഓടിവരാറുള്ളതാണ് അപ്പേട്ടൻ. ഇത്തവണ ഇതുവരെ മുറിയിൽനിന്ന് പുറത്തിറങ്ങിയിട്ടേയില്ല.

ഇതെന്തുപറ്റി അപ്പേട്ടന്?

അവൾ നേരെ മുറിയിലേക്ക് ചെന്നു. അവിടെ തുറന്നുവെച്ച കമ്പ്യൂട്ടറിനുമുന്നിൽ എന്തോ ചിന്തിച്ചിരിക്കുകയാണ് അപ്പേട്ടൻ.

കഴിഞ്ഞമാസം അപ്പേട്ടന് അച്ഛൻ കമ്പ്യൂട്ടർ വാങ്ങിക്കൊടുത്തെന്നും ഇപ്പോൾ സദാസമയവും അതിനു മുന്നിൽത്തന്നെയാണെന്നും അവളറിഞ്ഞിരുന്നു.

"അപ്പേട്ടാ വാ, നമുക്ക് കളിക്കാൻ പോവാം."

അവൾ അവന്റെ ചുമലിൽ കൈവെച്ചു പറഞ്ഞു.

"പിന്നെയാവാം. നീയിതൊന്നു നോക്ക്യേ. എന്തൊക്കെ അത്ഭുതങ്ങളാണെന്നോ ഇതിൽ. നിനക്കെന്തു വേണമെന്ന് പറയ്. ഒക്കെ ഇതിൽ ക്ഷണനേരംകൊണ്ട് തെളിഞ്ഞുവരും."

അവൻ ഉത്സാഹത്തോടെ പറഞ്ഞു.

"എന്തും?" അവൾക്കത്ര വിശ്വാസമായില്ല.

"ഉം." അവന് തെല്ലും സംശയമുണ്ടായില്ല.

"ഇതിനോടു പറഞ്ഞാൽ തുമ്പപ്പൂ കിട്ട്വോ?" അവൾ തിരക്കി.

"കിട്ടും. ദാ, നോക്കിക്കോ." അപ്പേട്ടൻ ഏതൊക്കെയോ ബട്ടണുകൾ അമർത്തി. അപ്പോൾ കമ്പ്യൂട്ടർ സ്ക്രീനിലതാ നിറയെ തുമ്പപ്പൂക്കൾ!

"എങ്കിൽ, കൈതപ്പൂവോ?" അവൾ ചോദിച്ചു.

"ഇത്രേം മതിയോ?" സ്ക്രീനിൽ കൈതപ്പൂ നിറഞ്ഞതു ചൂണ്ടി അവൻ മറുചോദ്യമെറിഞ്ഞു.

"തുളസിത്തറേം പൊഴേം വര്വോ ഇതില്?"

"അതുകണ്ടോ."

അവൾക്ക് അത്ഭുതമായി. ഇത്തിരിപ്പോന്ന ഈ സാധന ത്തിൽ എന്തൊക്കെയാ ഉള്ളത്!

പെട്ടെന്നവളുടെ മുഖം വാടി. എന്തോ ഓർമ്മ വന്നിട്ടെന്ന പോലെ അവൾ ചോദിച്ചു.

"പക്ഷേ, അപ്പേട്ടാ, ഈ തുമ്പപ്പൂവിനെന്താ ഭംഗിയില്ലാത്തേ?"

"അത്... അതു പിന്നെ." അവന് ഉത്തരം മുട്ടി.

"കൈതപ്പൂവിനെന്താ മണോല്ല്യാത്തേ? പുഴയിലെ വെള്ള ത്തിനെന്താ തണുപ്പില്ല്യാത്തേ?..."

അവനൊന്നും മിണ്ടാതെ നിന്നപ്പോൾ അവൾ തുടർന്നു:

"അപ്പേട്ടാ, ഭംഗീം നിറോം മണോം തണുപ്പൂല്ല്യാത്ത ഇതൊന്നും എനിക്കുവേണ്ട."

അതും പറഞ്ഞ് അവൾ പുറത്തേക്കോടി.

തൊടിയിൽ നിറയെ തുമ്പപ്പൂക്കൾ...

അടുത്തെവിടെയോനിന്ന് ഒഴുകിയെത്തുന്ന കൈതപ്പൂമണം...

മനസ്സിൽ പുഴയുടെ ഇളംകുളിര്...

അവൾ ഒന്നുകൂടി മൂക്കുവിടർത്തി നിന്നു.

കണ്ടൻ പൂച്ചച്ചൻ

ഏറെ നേരം തിരിഞ്ഞും മറിഞ്ഞും കിടന്നിട്ടും അവന് ഉറക്കം വന്നില്ല.

കണ്ണടച്ചാലും തുറന്നാലും തെളിയുന്നത് ഒരേയൊരു ദൃശ്യമാണ്. വീടിനുമുന്നിലെ ഇടവഴിയിൽ ചത്തുമലച്ചുകിടക്കുന്ന പ്രിയപ്പെട്ട പൂച്ചമ്മ!

സ്കൂൾവിട്ടു വരുമ്പോഴാണ് അവനതു കണ്ടത്. ഒന്നേ നോക്കിയുള്ളൂ. അപ്പോഴേക്കും തലകറങ്ങുന്നതുപോലെ തോന്നി. എങ്ങനെയോ വീടുപറ്റി എന്നു പറഞ്ഞാൽ മതിയല്ലോ.

പൂച്ചമ്മ ആ വീട്ടിലെ ഒരംഗം തന്നെയായിരുന്നു. കണ്ടാൽ പഞ്ഞിക്കെട്ടുപോലെ തന്നെ. ഭംഗിയുള്ള കുഞ്ഞിക്കണ്ണും മീശരോമവും. അവൻ സ്കൂളിൽനിന്നു വരുമ്പോൾ കൂർത്ത നഖങ്ങൾ മുറ്റത്തെ മാവിലുരസി മൂർച്ച കൂട്ടുകയാവും പലപ്പോഴും. അവനെ കാണേണ്ട താമസം, മരത്തിൽനിന്ന് 'ശറോ'ന്ന് ഊർന്നിറങ്ങി കരഞ്ഞുകൊണ്ട് ഓടിയെത്തും. 'മ്യാവൂ'എന്നു കരഞ്ഞ് എത്രനേരം അവനെ തൊട്ടും ഉരുമ്മിയും നടന്നാലും പൂച്ചമ്മയ്ക്ക് മതിയാവില്ല.

പൂച്ചമ്മയുടെ വിശപ്പു മാറ്റിയിട്ടേ അവൻ കുപ്പായംപോലും മാറൂ. അടുക്കളയിൽച്ചെന്ന് പിഞ്ഞാണത്തിൽ ചോറെടുത്ത്, അതിൽ പാലൊഴിച്ചു കുഴച്ച് 'പാൽച്ചോറാ'ക്കും. പൂച്ചമ്മ അത്

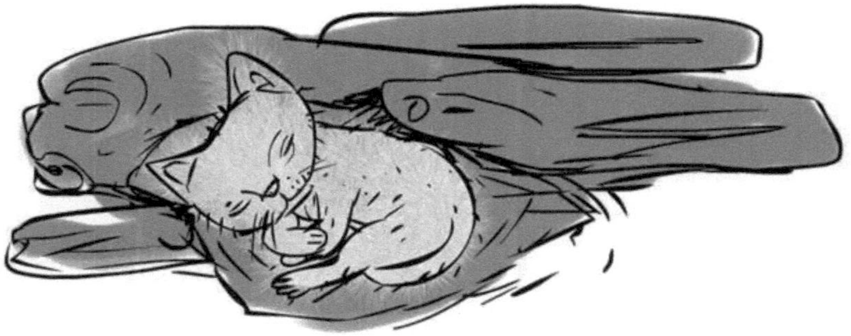

ആർത്തിയോടെ തിന്നുന്നത് അവൻ കണ്ണിമയ്ക്കാതെ നോക്കി നില്ക്കും.

ആ പൂച്ചമ്മയാണ് ഇത്തിരി മുമ്പ്...

അവന് സങ്കടം സഹിക്കാനായില്ല. പൂക്കളുള്ള പുതപ്പിൽ മുഖമമർത്തിക്കിടന്ന് അവൻ തേങ്ങിക്കരഞ്ഞു.

കുറച്ചുനാൾ മുമ്പാണ്, പുതിയൊരു അതിഥി കൂടി അവിടെ ചെന്നെത്തുന്നത്. അതുപക്ഷേ, തീർത്തും യാദൃച്ഛികമെന്നു പറഞ്ഞുകൂടാ. പൂച്ചമ്മയുടെ വയറ് കുറേശ്ശെ വീർത്തുവരുന്നതും അത് ക്ഷീണംകൊണ്ട് അധികനേരവും അടുക്കളത്തിണ്ണയിൽത്തന്നെ ചുരുണ്ടുകൂടുന്നതും കണ്ടപ്പോൾ അമ്മൂമ്മ അവനോടു പറഞ്ഞു:

"മോനേ, നമ്മ്ടെ പൂച്ചമ്മയ്ക്കൊരു കുഞ്ഞുണ്ടാവാറായി."

അവൻ പക്ഷേ, അതത്ര കാര്യമാക്കിയില്ല.

കുറച്ചുദിവസം കഴിഞ്ഞു കാണണം, രാവിലെ അവനെ കുലുക്കിവിളിച്ച് അമ്മ പറഞ്ഞു.

"ഒന്നെഴുന്നേറ്റു വന്നേ മോനേ. വെറകുപെരേല് ഒരു സുന്ദരൻ പൂച്ചക്കുട്ടി!"

തന്നെ ഉണർത്താനുള്ള അമ്മയുടെ സൂത്രമാണ് അതെന്ന് അവനാദ്യം കരുതി. എന്നാൽ, ഉറക്കച്ചടവോടെ ചെന്നു നോക്കിയപ്പോഴല്ലേ അത്ഭുതപ്പെട്ടത്.

പൂച്ചമ്മയുടെ ദേഹത്തൊട്ടി വെളുവെളുത്ത പൂച്ചക്കുട്ടി. നെറ്റി

യിൽ ഒത്ത നടുക്കൊരു കറുത്ത പൊട്ടും. വളരെ നേർത്ത ശബ്ദ ത്തിൽ കരയുന്ന പൂച്ചക്കുട്ടിയുടെ കുഞ്ഞിക്കണ്ണുകൾ അടഞ്ഞു തന്നെ.

“ഇതെന്താമ്മേ, പൂച്ചക്കുട്ടിക്ക് ഒന്നും കാണാൻ പറ്റാത്തേ?”

അവൻ പരിഭ്രമത്തോടെ ചോദിച്ചു. ഇനി അതിന് കാഴ്ചയി ല്ലാതെ വന്നാലോ?

“അതങ്ങനെയാ മോനേ. രണ്ടുമൂന്നീസം കഴിഞ്ഞാലേ പൂച്ച ക്കുട്ട്യോള് കണ്ണു തുറക്കൂ.”

അമ്മ പറഞ്ഞത് നേരായി. ഒരുദിവസം രാവിലെ അവനെഴു ന്നേറ്റു വന്നപ്പോൾ പൂച്ചക്കുഞ്ഞിന്റെ മുഖത്ത് തെളിച്ചമുള്ള ചെറിയ ഉണ്ടക്കണ്ണുകൾ.

പിന്നെ അധിക സമയവും അവിടെത്തന്നെയായി അവൻ. പൂച്ചക്കുഞ്ഞിന്റെ കളിയും കുസൃതിയും കണ്ടുകണ്ട്...

പൂച്ചക്കുഞ്ഞ് ഉണ്ടായതിൽപ്പിന്നെ ഇടയ്ക്കിടയ്ക്ക് ഒരു കണ്ടൻപൂച്ച എവിടുന്നോ അവിടെയെത്താൻ തുടങ്ങി. പെരുച്ചാ ഴിയെപ്പോലുള്ള ഒരു കരിമാക്കൻപൂച്ച! കണ്ടാൽത്തന്നെ പേടി യാവും. കണ്ടൻപൂച്ച മുരണ്ടുകൊണ്ട് പൂച്ചമ്മയുടെയും പൂച്ചക്കു ഞ്ഞിന്റെയും അടുത്തെത്തുന്നതു കാണുമ്പോഴേ അമ്മൂമ്മ വിറ കുകൊള്ളിയുമായി പാഞ്ഞെത്തും.

“ഠും, നാശം! പൂച്ചക്കുഞ്ഞിനെ തിന്നാൻ വന്നതാ.”

അവനതത്ര വിശ്വസിച്ചില്ല. ഒരുപക്ഷേ, ആ കണ്ടൻപൂച്ച പൂച്ച ക്കുഞ്ഞിന്റെ അച്ഛനാണെങ്കിലോ? അച്ഛനെങ്ങനെയാണ് മകനെ തിന്നുക?

“എന്നിട്ട് എന്റെ അച്ഛന് എന്നെ തിന്നാൻ തോന്നുന്നി ല്ലല്ലോ?”

അവൻ ചോദിക്കുക തന്നെ ചെയ്തു.

അമ്മൂമ്മയും അമ്മയുമൊന്നും ചൊട്ടയ്ക്ക് സമ്മതിച്ചുത ന്നില്ല അത്. കണ്ടൻപൂച്ചയുടെ ലക്ഷ്യം പൂച്ചക്കുഞ്ഞുതന്നെയാ ണെന്ന് അവർ ആവർത്തിച്ചു. കണ്ടൻപൂച്ചയെ കണ്ടപ്പോഴൊക്കെ അവരതിനെ അടിച്ചും എറിഞ്ഞും പായിച്ചു.

“കണ്ടില്ലേ, കുഞ്ഞിനെ കിട്ടാഞ്ഞിട്ട് തള്ളേത്തന്നെ കടിച്ചു കീറി ആ ദുഷ്ടൻ!”

പൂച്ചമ്മയുടെ ദുരന്തമറിഞ്ഞപ്പോഴും അമ്മൂമ്മ കണ്ടൻപൂ

ച്ചയെ പ്രാകി. ഇനി പൂച്ചക്കുഞ്ഞിന്റെ അവസ്ഥയെന്താവുമെന്ന് തലയിൽ കൈവെച്ച് സ്വയം ചോദിച്ചു.

അവൻ ഭയന്നതുതന്നെ സംഭവിച്ചു.

ആ രാത്രി കണ്ടൻപൂച്ച മുരണ്ടുകൊണ്ട് വീണ്ടുമെത്തി. ചുരുണ്ടുകൂടി കിടന്നുറങ്ങുന്ന പൂച്ചക്കുഞ്ഞിനെ അത് ഒറ്റക്കടിക്ക് കൊന്നു! പിന്നെ പൂച്ചക്കുഞ്ഞിന്റെ ഇളം മാംസം 'കറുമുറാ' തിന്നാൻ തുടങ്ങി.

"എന്റമ്മേ!"

അവൻ ഞെട്ടിയുണർന്നു. താൻ കണ്ടത് ഒരു പേടിസ്വപ്നമാണെന്ന് അവന് അപ്പോഴേ മനസ്സിലായുള്ളൂ.

ഇനിയൊരുവേള സ്വപ്നം ഫലിച്ചാലോ?

അവന്റെ നെഞ്ചിടിപ്പ് കൂടി. പൂച്ചക്കുഞ്ഞിനെ കാണാനായി അവൻ കിടക്കയിൽ നിന്നിറങ്ങി. ശബ്ദമുണ്ടാക്കാതെ നടന്ന് അടുക്കളവാതിൽ തുറന്ന് വരാന്തയിലെത്തി.

അവിടെ കണ്ട കാഴ്ച അവനെ അത്ഭുതപ്പെടുത്തി.

കീറച്ചാക്കിൽ നീണ്ടുനിവർന്നു കിടക്കുന്ന കണ്ടൻപൂച്ച. അതിനോടൊട്ടിക്കിടന്ന് പൂച്ചക്കുഞ്ഞ് നല്ല ഉറക്കത്തിലാണ്. കണ്ടൻപൂച്ച സ്നേഹത്തോടെ കുഞ്ഞിനെ നക്കിത്തുടയ്ക്കുന്നു!

അച്ഛനോടു ചേർന്ന്, അച്ഛനെ കെട്ടിപ്പിടിച്ചു കിടക്കുന്ന തന്നെത്തന്നെയാണ് അവനപ്പോൾ ഓർമ്മവന്നത്.

'കണ്ടൻ പൂച്ചച്ഛൻ...!'

അവന്റെ കണ്ണു നനഞ്ഞു.

മണിക്കുട്ടി

അച്ഛനെ കാത്തിരുന്ന് അവളുടെ കണ്ണു കഴച്ചു. എത്ര നേരമായി വരാന്തയിലുള്ള ഈ ഇരിപ്പ് തുടങ്ങിയിട്ട്.

സമയം ഇഴഞ്ഞിഴഞ്ഞു നീങ്ങുന്നതുപോലെ...

പടിക്കൽ എപ്പോഴാണ് അച്ഛന്റെ മുഖം തെളിയുക?

അടുത്ത നിമിഷം, തന്നെ അമ്പരപ്പിച്ചുകൊണ്ട് ചിരിക്കുന്ന മുഖവുമായി അച്ഛനെത്തുമെന്ന് എപ്പോഴും അവൾക്ക് തോന്നും. എന്നാൽ, അതു തന്റെ തോന്നൽ മാത്രമാണെന്നറിയുമ്പോൾ സങ്കടം വരും.

എന്നും അച്ഛന്റെ വരവും കാത്തിങ്ങനെ ഇരിക്കാറുള്ളതാണെങ്കിലും ഇന്നത്തെ കാത്തിരിപ്പിന് മറ്റൊരു പ്രത്യേകതയുണ്ട്.

ഇന്ന് മണിക്കുട്ടിക്ക് അച്ഛനൊരു മണി വാങ്ങിക്കൊണ്ടുവരാമെന്ന് ഉറപ്പു പറഞ്ഞിട്ടുണ്ട്.

പഞ്ഞിക്കെട്ടുപോലെ വെളുത്ത മണിക്കുട്ടി.

പാവം! തൊഴുത്തിൽ കിടന്നുറങ്ങുന്നുണ്ടാവും ഇപ്പോഴത്.

അവൾക്കു ജീവനാണ് ആ ആട്ടിൻകുട്ടിയെ.

വെറുതെയിരിക്കുമ്പോൾ ഒരു സിനിമയിലെന്നപോലെ അവൾക്കെല്ലാം ഓർമ്മവരും.

നല്ല മഴക്കാലമായിരുന്നു അത്.

തുള്ളിക്കൊരുകുടമെന്നപോലെ പെയ്യുന്ന മഴ.

അട്ടഹസിക്കുംപോലെ മാനം പിളർന്ന് ഇടിവെട്ടം.

അപ്പോഴാണ് തൊഴുത്തിൽ തള്ളയാടിന് പേറ്റുനോവ് തുടങ്ങിയത്.

അച്ഛനുമമ്മയും വെപ്രാളപ്പെട്ട് അങ്ങുമിങ്ങും ഓടുന്നതും എന്തൊക്കെയോ പറയുന്നതും അവൾ കേട്ടു. പക്ഷേ, അവൾക്കൊന്നും മനസ്സിലായില്ല.

കുറെക്കഴിഞ്ഞാണറിഞ്ഞത്, അവിടെയൊരു ആട്ടിൻകുട്ടിയുണ്ടാകാൻ പോകുന്നുവെന്ന്!

ഹായ്!

അവൾ സന്തോഷംകൊണ്ട് മതിമറന്നു.

ആ സന്തോഷമൊന്നും അച്ഛന്റെയും അമ്മയുടെയും മുഖത്ത് കാണാതിരുന്നതെന്തേ?

അവൾക്കത് മനസ്സിലായില്ല.

തൊഴുത്തിലേക്ക് ഒന്നേ നോക്കിയുള്ളൂ. അവിടെ പ്രസവവേദനയാൽ കൈകാലിട്ടടിച്ച് തള്ളയാട്.

അടുത്തുതന്നെ അച്ഛൻ തലയ്ക്ക് കൈകൊടുത്തിരിക്കുന്നുണ്ട്. അമ്മ ഏതൊക്കെയോ ദൈവങ്ങൾക്ക് നേർച്ച നേരുന്നു.

"എന്റീശ്വരന്മാരേ, ഒന്നും വര്ത്തരുതേ!"

ഈശ്വരന്മാർ അമ്മയുടെ പ്രാർത്ഥന കേട്ടില്ലെന്നു തോന്നി. അധികം കഴിയും മുമ്പേ തള്ളയാട് ചത്തു. ചെറിയൊരു കരച്ചിൽകേട്ട് അച്ഛൻ തലയുയർത്തിപ്പറഞ്ഞു.

"ദേ, കുഞ്ഞ് പുറത്തായി!"

ഒക്കെ ഇന്നലെയെന്നപോലെ തോന്നുന്നു.

പിന്നെ, അച്ഛനതിനെ സ്വന്തം കുഞ്ഞിനെപ്പോലെയാണ് നോക്കിയത്. രാവിലെയും വൈകിട്ടും ദേഹം തുടപ്പിച്ച്, വായിൽ കുപ്പിപ്പാലൊഴിച്ചുകൊടുത്ത്...

ആട്ടിൻകുഞ്ഞിന്റെ കിടപ്പുവരെ വരാന്തയിലായിരുന്നു കുറേനാൾ.

അവളുടെ ജീവിതത്തിന്റെ ഭാഗംകൂടിയായി ആട്ടിൻകുട്ടി. 'മണിക്കുട്ടീ' എന്നു വിളിച്ചാൽ എവിടെയുണ്ടെങ്കിലും ഓടിപ്പാഞ്ഞെത്തി അവളുടെ ദേഹത്ത് സ്നേഹത്തോടെ ഉരസി...

ഇത്തവണ വിഷുക്കൈനീട്ടം കിട്ടിയ നാണയങ്ങൾ എണ്ണി

ക്കൂട്ടി അച്ഛനെ ഏല്പിച്ചുകൊണ്ടു പറഞ്ഞതാണ്, മണിക്കുട്ടിക്കൊരു മണി വേണമെന്ന്.

അച്ഛനെത്തി. കറുത്ത ചരടിൽ കോർത്ത തിളങ്ങുന്ന മണി അവൾക്കു കൊടുത്തു. അവളതുമായി തൊഴുത്തിലേക്കോടി. വൈക്കോൽ ചവച്ചുകൊണ്ടിരുന്ന മണിക്കുട്ടിയുടെ കഴുത്തിലതുകെട്ടി. മണിക്കുട്ടി അതുമായി പുറത്തേക്കൊരൊറ്റയോട്ടം!

തുള്ളിച്ചാടി അതെങ്ങോ മറഞ്ഞു.

അവൾക്ക് സങ്കടം വന്നു.

മണിക്കുട്ടി തന്നെക്കൂട്ടാതെ ഓടിപ്പോയില്ലേ?

ഇനിയവളോട് താൻ കൂട്ടിനില്ല.

അവളവിടെ കുത്തിയിരുന്നു കരഞ്ഞു.

അപ്പോഴാണ് പിൻകഴുത്തിൽ നേരിയ തണുപ്പുതോന്നിയത്. എന്തോ ഒന്ന് അവിടെ ഉരസുന്നതുപോലെ...

അവൾ കണ്ണുതുടച്ച്, തല ചെരിച്ചു നോക്കി.

തൊട്ടുപിന്നിൽ, ഓട്ടുമണി അവളുടെ കഴുത്തിലുരച്ച് മണിക്കുട്ടി...!

അവൾ ചാടിയെഴുന്നേറ്റ് ആട്ടിൻകുട്ടിയെ സ്നേഹത്തോടെ തഴുകി. പിന്നെ, ആ പഞ്ഞിക്കെട്ടിൽ ഉമ്മവെച്ചു.

മണിക്കുട്ടിയുടെ മണി അപ്പോഴും കിലുങ്ങി.

മണിക്കുട്ടിയോടൊപ്പം അവളും തൊഴുത്തിനു പുറത്തേക്ക് മത്സരിച്ചു പാഞ്ഞു.

എലിപ്പെട്ടി

ഒരു വികൃതിച്ചുണ്ടെലി.

അതിനെക്കുറിച്ച് പരാതികൾ കുറച്ചൊന്നുമല്ല. വീട്ടിൽനിന്നതിനെ തുരത്താൻ അച്ഛൻ പഠിച്ചപണി പതിനെട്ടും നോക്കിയതാണ്. അപ്പോഴൊക്കെ പത്തൊൻപതാമത്തെ അടവെടുത്ത് എലി ഓടി രക്ഷപ്പെടും. പിന്നെ, അടുത്ത വികൃതിയുമായി പൊങ്ങുന്നതുവരെ മഷിയിട്ടുനോക്കിയാൽ കാണില്ല, അതിനെ.

പുസ്തകങ്ങളോടാണ് ചുണ്ടെലിക്ക് ഏറ്റവും പ്രിയം. ഏതുതരം പുസ്തകമായാലും വേണ്ടില്ല, അതെല്ലാം വളരെവേഗം കരണ്ടുനശിപ്പിക്കും. പിന്നെ, കിടക്ക, തലയിണ, അലമാരയിൽ തേച്ചുമടക്കിവെച്ച സാരികൾ, അടുക്കളയിലെ അരിച്ചാക്ക്, തേങ്ങാമുറി... അങ്ങനെ ഇന്നതെന്നൊരു വ്യത്യാസവുമില്ല ചുണ്ടെലിക്ക്.

അവനു മാത്രമേ എലിയോട് പരിഭവമില്ലാതുള്ളൂ. കരണ്ടുകളഞ്ഞ പുസ്തകങ്ങളിൽ അധികവും തന്റേതായിട്ടുപോലും അവനൊട്ടും ദേഷ്യം തോന്നിയില്ല. എലി കരണ്ടതിന്റെ ബാക്കി മാത്രം പഠിച്ചാൽ മതിയല്ലോ എന്ന ആശ്വാസമായിരുന്നു അവന്.

രാത്രി മേശവിളക്കിന്റെ വെളിച്ചത്തിൽ വായിച്ചുകൊണ്ടിരിക്കുമ്പോൾ ചുണ്ടെലി പതുങ്ങിവന്ന് തന്റെ പുസ്തകസഞ്ചിയിൽ കയറുന്നത് അവൻ പലപ്പോഴും കണ്ടിട്ടുണ്ട്. മറ്റുചിലപ്പോൾ

പാതിയുറക്കത്തിൽ കിടക്കുമ്പോഴാവും അലമാരയിൽനിന്നും 'കരകര' ശബ്ദം കേൾക്കുക. എഴുന്നേറ്റ് ലൈറ്റിട്ടാൽ അപ്പോൾ കാണാം തന്നെ കളിയാക്കുന്നതുപോലെ ചിലച്ചുകൊണ്ട് അതു പായുന്നത്. അടുത്തനിമിഷം, ഇത്തിരിപ്പോന്ന ഓവുചാലിൽ കയറി അപ്രത്യക്ഷനാവുന്നതും.

ദിവസങ്ങൾ കഴിയുന്തോറും നല്ല പരിചയക്കാരായി അവനും ചുണ്ടെലിയും. എന്നാൽ, ചുണ്ടെലിയെക്കൊണ്ട് പൊറുതിമുട്ടിയപ്പോൾ അച്ഛനതങ്ങ് നടപ്പാക്കി. കുറെ നാളായി അച്ഛന്റെ മനസ്സിലുള്ള കാര്യമാണ്.

അന്നു വൈകിട്ട് അച്ഛൻ ഓഫീസിൽനിന്നു വന്നപ്പോൾ പുതിയൊരു എലിപ്പെട്ടിയുണ്ട് കൈയിൽ!

എലിപ്പെട്ടിയെക്കുറിച്ച് അവൻ ഒരുപാട് കേട്ടിട്ടുണ്ട്.

പക്ഷേ, നേരിൽ കാണുന്നത് ഇതാദ്യമാണ്.

കനം കുറഞ്ഞ ഇരുമ്പുകമ്പികൾ വളച്ച്, ഒറ്റ മുറിയുള്ള കൊച്ചുവീടുപോലെ.

ആദ്യമൊരു കൗതുകം തോന്നിയെങ്കിലും തന്റെ ചങ്ങാതിയെ കുടുക്കാനുള്ളതാണ് ഇതെന്നോർത്തപ്പോൾ അവന്റെ മുഖം വാടി.

പെട്ടിക്കുള്ളിൽ ചുണ്ടെലിക്കു പ്രിയപ്പെട്ട തേങ്ങാപ്പൂളുവെച്ച് രാത്രി അവന്റെ കട്ടിലിനടിയിൽത്തന്നെ കൊണ്ടുവെച്ചു, അച്ഛൻ. എന്നിട്ടൊരു പ്രഖ്യാപനവും.

"നോക്കിക്കോ, ഇത്തവണ അവൻ രക്ഷപ്പെടില്ല!"

അവൻ കുറേനേരം ഉറങ്ങാതെ കിടന്നു. ചുണ്ടെലിയെങ്ങാനും വന്നാൽ കെണിയിൽ കുടുങ്ങാതെ ഓടിച്ചുവിടാമായിരുന്നു എന്നവനോർത്തു. പക്ഷേ, എലി വന്നില്ല.

എപ്പോഴോ അവനുറങ്ങിപ്പോയി.

രാവിലെ അസാധാരണമായ ചില ശബ്ദങ്ങൾ കേട്ടാണ് അവൻ ഉണർന്നത്. നോക്കിയപ്പോൾ എലിപ്പെട്ടിയുമായി ഒരു വിജയിയുടെ ഭാവത്തിൽ അച്ഛനുണ്ട് മുറ്റത്ത്. എഴുന്നേറ്റ്, കോട്ടുവാ വിട്ട് ചെന്നുനോക്കിയപ്പോൾ ഞെട്ടിപ്പോയി.

എലിപ്പെട്ടിക്കുള്ളിൽ പരിഭ്രമിച്ച് അങ്ങുമിങ്ങും പിടഞ്ഞോടുന്ന ചുണ്ടെലി!

"ഇത് കുറേനേരം വെയിലത്തിരിക്കട്ടെ. എന്നിട്ടും എലി ചത്തില്ലെങ്കിൽ കുളത്തിൽ കൊണ്ടുപോയി മുക്കിക്കൊല്ലാം."

പെട്ടി മുറ്റത്തുവെച്ച് അച്ഛൻ അമ്മയോടു പറയുന്നത് അവൻ കേട്ടു.

അവന് സങ്കടമായി.

അച്ഛൻ പോയതും അവൻ പെട്ടിയുടെ അടുത്തുചെന്നിരുന്ന് ചുണ്ടെലിയെത്തന്നെ നോക്കി.

ഇപ്പോഴത് ഓട്ടം നിർത്തി, പെട്ടിയുടെ മൂലയിൽ പതുങ്ങിയിരിക്കുകയാണ്.

പാവം!

കുറെക്കഴിയുമ്പോൾ വെയിലു മൂക്കും. വെയിലുകൊണ്ട് എലിയുടെ തലയും പുറവുമെല്ലാം പൊള്ളി...

എന്നിട്ടും ജീവനുണ്ടെങ്കിൽ പിന്നെ, വെള്ളത്തിൽ മുക്കി, ശ്വാസം മുട്ടിച്ച്...

മുമ്പൊരിക്കൽ താൻ കുളത്തിൽ നീന്തൽ പഠിക്കുമ്പോൾ മുങ്ങി, ശ്വാസം മുട്ടി, കൈകാലിട്ടടിച്ച്...

ശരിക്കും ഓർമ്മയുണ്ടത്.

അങ്ങനെ ഇമവെട്ടാതെ നോക്കിയിരിക്കെ അവന് ചുണ്ടെലിയോടുള്ള സഹതാപം കൂടിവന്നു.

പിന്നൊട്ടും വൈകിച്ചില്ല.

അവൻ എലിപ്പെട്ടിയുടെ കൊച്ചുവാതിലിൽ വിരലമർത്തി അതു തുറന്നു. പെട്ടിയുടെ മൂലയിൽ ഒതുങ്ങിനിന്ന ചുണ്ടെലിയെ നോക്കി അവൻ പറഞ്ഞു.

“രക്ഷപ്പെട്ടോ ചങ്ങാതീ.”

ചുണ്ടെലി അടുത്തനിമിഷം പുറത്തേക്ക് പാഞ്ഞു. കുറെദൂരം ചെന്നശേഷം അത് തിരിഞ്ഞുനിന്നു ചിലച്ചു. പിന്നെ, ചാട്ടുളി പോലെ പാഞ്ഞ് അപ്രത്യക്ഷനായി.

ചുണ്ടെലി തന്നോട് നന്ദി പറഞ്ഞതാണെന്ന് അവനു തോന്നി.

എലിപ്പെട്ടിക്കുള്ളിലെ ചുണ്ടെലിയെവിടെയെന്ന് അച്ഛൻ ചോദിച്ചാൽ എന്തു പറയണമെന്നൊന്നും അവനപ്പോൾ ഓർത്ത തേയില്ല.

പൂച്ചക്കുഞ്ഞ്

സ്കൂൾ വിട്ടെത്തിയപ്പോഴാണ് കണ്ടത്, വീടിന്റെ വരാന്തയിൽ നനഞ്ഞൊലിച്ച് ഒരു പൂച്ചക്കുഞ്ഞ്. എവിടുന്നോ വന്നത്.

ഒരു പഞ്ഞിക്കെട്ടുപോലെ വെളുത്ത്, ചുമരൊട്ടി...

അവനേറെ സന്തോഷമായി. നടക്കുമ്പോൾ 'കീ, കീ' എന്നു കരയുന്ന ചെരുപ്പഴിച്ചിട്ട്, പുസ്തകങ്ങൾ കുത്തിനിറച്ച ബാഗ് ചുമലിൽനിന്നൂരി അകത്തേക്ക് വലിച്ചെറിഞ്ഞ് അവൻ പൂച്ചക്കുഞ്ഞിന്റെ അടുത്ത് കുത്തിയിരുന്നു.

പൂച്ചക്കുഞ്ഞ് വാ പിളർക്കുകയും അടയ്ക്കുകയും ചെയ്യുന്നുണ്ട്. പക്ഷേ, ശബ്ദം പുറത്തു വരുന്നില്ല.

പല്ലുകൾക്കിടയിൽ ചോരപ്പാടുള്ള കുഞ്ഞുനാവ്.

"പാവം"

അവൻ പൂച്ചക്കുഞ്ഞിനെയെടുത്ത് മടിയിൽവെച്ചു. പെട്ടെന്നവന്റെ കൈ നനഞ്ഞു. അവനൊന്നു ഞെട്ടി.

പൂച്ചക്കുഞ്ഞിന്റെ കഴുത്തിൽ നിന്നാണത്. അവിടെ ആഴത്തിലൊരു മുറിവ്. അതിലൂടെ ഒലിച്ചിറങ്ങുന്ന ചോര...

അവന് കരച്ചിൽ വന്നു.

"മോനെ, അതു നായ് കടിച്ചതാവും."

കരച്ചിൽ കേട്ടെത്തിയ അമ്മ പറഞ്ഞു.

"ഏയ്, ആ കണ്ടൻ പൂച്ചന്ന്യാവും കടിച്ചേ."

അച്ഛൻ അങ്ങനെ തിരുത്തി.

അവനതൊന്നും കേൾക്കാതെ കരഞ്ഞുകൊണ്ടേയിരുന്നു.

അവന് കാലും മുഖവും കഴുകണ്ട, തിളപ്പിച്ചാറ്റിയ പാലു കുടിക്കണ്ട, ഒറ്റയക്ഷരം പഠിക്കണ്ട...

കരഞ്ഞു കലങ്ങിയ മുഖത്തോടെ പൂച്ചക്കുഞ്ഞിന്റെ അടുത്തുതന്നെ ഒരേയിരിപ്പാണ്.

പുറത്താണെങ്കിൽ നല്ല മഴ.

അച്ഛനുമമ്മയ്ക്കും സഹികെട്ടു.

അടുക്കളയ്ക്കപ്പുറത്തുനിന്നും ചേമ്പില വെട്ടിയെടുത്ത്, അത് തലയ്ക്ക് മുകളിൽ കുടയായി പിടിച്ച് അച്ഛൻ പുറത്തുപോയി. അധികം വൈകാതെ കുറെ പച്ചിലകളുമായി അദ്ദേഹം തിരിച്ചെത്തി. പച്ചിലകൾ കൂട്ടിത്തിരുമ്മി, അടുക്കളച്ചുമരിൽനിന്ന് അടർത്തിയെടുത്ത ഇത്തിരി കരിയും ചേർത്ത് പൂച്ചക്കുഞ്ഞിന്റെ കഴുത്തിലെ മുറിവിൽ അമർത്തി.

പൂച്ചക്കുഞ്ഞ് ഒന്നു പുളഞ്ഞു.

"പാവം! ഒരുപാടു വേദനേണ്ടാവും അതിന്."

തനിക്കും വേദനിച്ചെന്നു തോന്നി, അവന്.

അച്ഛൻ പൂച്ചക്കുഞ്ഞിനെയെടുത്ത് അവന്റെ കിടപ്പുമുറിയിലേക്ക് നടന്നു. അവിടെ നിലത്ത്, അതിനു തണുക്കാതെ വിരിച്ച ചാക്കിൽ കിടത്തി.

അപ്പോഴും ഉണങ്ങാത്ത ചോരപ്പാടുണ്ടായിരുന്നു, അതിന്റെ കഴുത്തിൽ.

പൂച്ചക്കുഞ്ഞിന്റെ അവസ്ഥ കണ്ട് അമ്മയ്ക്കും വിഷമം തോന്നി.

അവരതിന് പാലു കൊടുത്തു, ചോറു കൊടുത്തു, പപ്പടം പൊടിച്ചു കൊടുത്തു.

എന്തു ഫലം?

തിരിഞ്ഞു നോക്കിയില്ല പൂച്ചക്കുഞ്ഞ്.

വിശപ്പില്ലെങ്കിലും കുറച്ചു ചോറുണ്ട്, നാമം ചൊല്ലി, കിടക്കയിലെ പൂവിരിപ്പിൽ അമ്മയോടൊട്ടി അവൻ കിടന്നു.

"ന്റെ പൂച്ചക്കുട്ടിക്ക് എന്തെങ്കിലും പറ്റ്വോ?"

ഉറങ്ങും മുമ്പേ തൊണ്ടയിടറി അവൻ ചോദിച്ചു.

“ഏയ്, മോനുറങ്ങിക്കോ.”

അമ്മ അവനെ സ്നേഹത്തോടെ തലോടി.

“ഒന്നും വര്ത്തല്ലേന്റെ ഈശ്വരന്മാരേ.”

അവൻ മൗനമായി പ്രാർത്ഥിച്ചു. അധികം വൈകാതെ ഉറക്കം അവന്റെ കൺപോളകളെ തഴുകി.

പേടിസ്വപ്നം കണ്ടാണ് അവനുണർന്നത്. നേരം വെളുത്തു കഴിഞ്ഞു. അവൻ കിടക്കയിൽ തിരിഞ്ഞു കിടന്നു.

അപ്പോഴുണ്ട്. ചാക്കിന്റെ പുറത്ത്, തന്റെ പഞ്ഞിക്കെട്ട് നക്കിത്തുടയ്ക്കുന്ന പൂച്ചക്കുഞ്ഞ്!

മുന്നിൽ ഒഴിഞ്ഞ പാൽക്കിണ്ണം.

തിളങ്ങുന്ന കണ്ണുകൾകൊണ്ട് പൂച്ചക്കുഞ്ഞ് അവനെത്തന്നെ നോക്കി ഒന്നു കുറുകി.

പിന്നെ, കിടക്കയിൽനിന്നും ഒരൊറ്റ ചാട്ടമായിരുന്നു, അവൻ...!

പുറത്ത് മഴ തന്നെ;

തുള്ളിക്കൊരു കുടം പോലെ...

അവന്റെയുള്ളിൽ സന്തോഷത്തിന്റെ മഴ അതിലും കനത്ത്...

സ്വർണ്ണപ്പേന

പതിവുപോലെയായിരുന്നില്ല അന്നത്തെ കാര്യങ്ങളൊന്നും.

പുസ്തകസഞ്ചി തോളിലിട്ട് വീട്ടിൽ നിന്നിറങ്ങിയപ്പോൾ അമ്മ പുഞ്ചിരിയോടെ അടുത്തു വന്നില്ല. അവനെ ചേർത്തു നിർത്തി ഉമ്മ തന്നില്ല.

സകല ദൈവങ്ങളെയും മനസ്സിൽ വിചാരിച്ച് അവൻ ഇറങ്ങിനടന്നു.

ഇന്നിനി സ്കൂളിൽ ചെന്നാൽ എന്തൊക്കെ പുകിലാണാവോ ഉണ്ടാവുക! മാഷും കുട്ടികളുമൊക്കെ തന്നെയും കാത്തുനില്ക്കുന്നുണ്ടാവും അവിടെ.

തന്നെ വിചാരണ ചെയ്യുന്ന ദിവസമാണല്ലോ ഇന്ന്.

അവന്റെ കണ്ണു നിറഞ്ഞു.

തന്റെ ഭാഗത്ത് തെറ്റില്ലെന്ന് തീർത്തു പറയാനാവില്ല. എന്നാൽ ഒന്നും മനഃപൂർവ്വമായിരുന്നില്ല. അങ്ങനെയൊക്കെ സംഭവിച്ചു പോയി.

ദുബായ്ക്കാരന്റെ മകനൊരാളുണ്ട് ക്ലാസിൽ. ആ ഗമ എപ്പോഴും മുഖത്തു കാണാവുന്ന കുട്ടി. അവന്റെ അച്ഛൻ നാട്ടിൽ വരുമ്പോഴൊക്കെ കൈനിറയെ സമ്മാനങ്ങൾ കൊടുക്കും. അതെല്ലാം അവൻ ക്ലാസിൽ കൊണ്ടുവന്ന് കാണിക്കും.

മണമുള്ള, പലനിറമുള്ള റബ്ബർ.

എങ്ങനെ വളച്ചാലും ഒടിയാത്ത കടലാസു പെൻസിൽ.

വിമാനത്തിന്റെയും തീവണ്ടിയുടെയും രൂപമുള്ള കട്ടർ.

ഒന്നു ചെരിച്ചാൽ ടാർസനും മാൻഡ്രേക്കും മാറിമാറി വരുന്ന സ്കെയിൽ...

അങ്ങനെ പലതും.

ഓരോ സാധനങ്ങൾ കാണുമ്പോഴും താനടക്കമുള്ളവർ അവനു ചുറ്റും കൂടും. അപ്പോഴവന്റെ കുപ്പായത്തിനുമുണ്ടാവും മറ്റാർക്കുമില്ലാത്ത സുഗന്ധം. കടൽ കടന്നുവന്ന പലതരം അത്തറുകളുണ്ട് അവന്റെ വീട്ടിലെന്ന് വൈകിയാണറിഞ്ഞത്.

ക്ലാസിലെ പല കുട്ടികൾക്കും അവനോട് ആരാധനയാണ്. ചിലർക്കെങ്കിലും ഇത്തിരി അസൂയയും. അസൂയാലുക്കൾ 'കണ്ടില്ലേ, അവന്റെയൊരു പവറ്' എന്ന് മറ്റാരും കേൾക്കാതെ പറയുകയും ചെയ്യും.

തനിക്കതെല്ലാം അത്ഭുതമായിരുന്നുവെന്ന് അവൻ ഓർത്തു. അച്ഛനില്ലാത്ത കുട്ടി. തന്നെ വളർത്താൻ രാപ്പകൽ കഷ്ടപ്പെടുന്ന അമ്മ. കുടിലുപോലുള്ള വീട്ടിലാണെങ്കിൽ എന്നുംകുന്നും പട്ടിണിയുംപരിവട്ടവും.

കീറിത്തുന്നിയ രണ്ടു സെറ്റ് ഷർട്ടും ട്രൗസറും. പിഞ്ഞിത്തുടങ്ങിയ പഴയ പുസ്തകങ്ങൾ, എത്ര അമർത്തിയെഴുതിയാലും തെളിയാത്ത കുറ്റിപ്പെൻസിലും 'ലീക്കൻ കുറ്റി' പേനയും.

ഇതൊക്കെത്തന്നെ അമ്മ എത്ര കഷ്ടപ്പെട്ടാണ് വാങ്ങിത്തന്നതെന്ന് നന്നായി അറിയാമായിരുന്നതിനാൽ അവൻ പരാതിയൊന്നും പറഞ്ഞില്ല.

എന്തൊക്കെയായാലും താനുമൊരു കുട്ടിയല്ലേ? കുട്ടികളുടെ ആഗ്രഹങ്ങൾ തനിക്കുമുണ്ടാവില്ലേ? അങ്ങനെയാണ് ആ അബദ്ധം പിണഞ്ഞതും.

ദുബായ്ക്കുട്ടി ഒരു സ്വർണ്ണപ്പേനയുമായാണ് അന്ന് ക്ലാസിലെത്തിയത്. കണ്ടാൽ കണ്ണെടുക്കാൻ തോന്നാത്തത്ര ഭംഗിയുള്ള സ്വർണ്ണപ്പേന. അത് ശരിക്കും സ്വർണ്ണത്തിന്റെ പേനയാണെന്ന് അവൻ പറഞ്ഞപ്പോൾ 'ഏയ്, സ്വർണ്ണം പൂശിയതേ ആവൂ' എന്ന് അസൂയാലുക്കൾ അടക്കം പറഞ്ഞു. ചിലർക്കൊക്കെ അവനത് തൊടാനും ഇത്തിരിനേരം പിടിക്കാനും കൊടുത്തു. അക്കൂട്ടത്തിൽ താനും കൈനീട്ടിയെങ്കിലും അവൻ കണ്ടഭാവം നടിച്ചില്ല.

വല്ലാത്ത സങ്കടമായിപ്പോയി അത്, അവന്.

അതുകൊണ്ടല്ലേ ക്ലാസിലാരുമില്ലാത്തപ്പോൾ അവൻ ദുബായ്ക്കുട്ടിയുടെ ബാഗിൽനിന്നും ആ സ്വർണ്ണപ്പേനയെടുത്ത് തിരിച്ചും മറിച്ചും നോക്കിയത്? പെട്ടെന്ന്, ആരോ വരുന്നപോലെ തോന്നിയതും ആ വെപ്രാളത്തിൽ പേന താഴെവീണതും രണ്ടു കഷ്ണമായതും...!

പരന്നൊഴുകിയ വയലറ്റു മഷിയുടെ നടുക്ക് പൊട്ടിത്തകർന്ന സ്വർണ്ണപ്പേന!

അവനെ കൈയോടെ പിടികൂടി, കൂട്ടുകാർ. ദുബായ്ക്കുട്ടി വിവരമറിഞ്ഞ് വലിയവായിൽ കരഞ്ഞു. വിവരം കാതോടുകാതോരം പരന്ന് മാഷന്മാരുടെയും ടീച്ചർമാരുടെയും കാതിലുമെത്തി. അവർ ചൂരലുമായി കലിതുള്ളിയെത്തി. പകരം പുതിയ സ്വർണ്ണപ്പേന വാങ്ങിക്കൊടുക്കണമെന്നായി അവർ. പാവം കുട്ടി, അവൻ കരഞ്ഞു നിന്നതേയുള്ളൂ.

ഇങ്ങനെ ഓരോന്നോർത്തു നടന്ന് കുട്ടി സ്കൂളിന്റെ കവാടത്തിലെത്തി.

സ്കൂൾമുറ്റത്തതാ പുത്തൻ ആകാശനീലനിറമുള്ള കാർ. ദുബായ്ക്കുട്ടിയുടെ അച്ഛൻ എത്തിയിട്ടുണ്ട്. ഇനി അയാളുടെ ശകാരം കൂടി കേൾക്കേണ്ടിവരുമല്ലോ ദൈവമേ!

അവൻ നെഞ്ചിൽ കൈവെച്ചു.

ഹെഡ്മാസ്റ്ററുടെ മുറിയിലേക്ക് പ്യൂൺ അവനെ കൂട്ടിക്കൊണ്ടു പോയി. ഹെഡ്മാസ്റ്ററും അദ്ധ്യാപകരും ദുബായ്ക്കുട്ടിയും തിളങ്ങുന്ന കുപ്പായമിട്ട്, സ്വർണ്ണക്കണ്ണടവെച്ച് അവന്റെ അച്ഛനും അവിടെ ഹാജർ.

അവരവനെ തുറിച്ചുനോക്കി. അവനാകെ ചൂളിപ്പോയി.

"വേണ്ടാത്തതു ചെയ്തിട്ട് വന്നു നില്ക്കണ കണ്ടില്ലേ?"

ഹെഡ്മാസ്റ്റർ അവനെ ആകെയൊന്നു നോക്കി.

അതുകേട്ട് അവൻ പൊട്ടിക്കരഞ്ഞുപോയി. അവൻ ദുബായ്ക്കുട്ടിയുടെ അച്ഛനെ തൊഴുത് കരഞ്ഞു പറഞ്ഞു.

"സാർ, ഞാൻ പേന പൊട്ടിച്ചത് മനഃപൂർവ്വമല്ല. പൊറുക്കണം."

അതിനു മറുപടിയായി അയാൾ എഴുന്നേറ്റു. അയാൾ അവന്റെ കൈയിൽ വർണ്ണക്കടലാസിൽ പൊതിഞ്ഞ ഒരു പൊതി വെച്ചുകൊടുത്ത് പറഞ്ഞു.

"ഇതു മോനുള്ളതാ. വെച്ചോളൂ."

അവൻ അന്തിച്ചുനില്ക്കെ അയാൾ ദുബായ്ക്കുട്ടിയെയും കൂട്ടി പുറത്തിറങ്ങി, കാറിൽ കയറിപ്പോയി.

ആ പൊതിക്കുള്ളിൽ മണമുള്ള റബ്ബറും ഒടിയാത്ത പെൻസിലും വിമാനം പോലുള്ള കട്ടറും മാജിക് സ്കെയിലും പിന്നൊരു സ്വർണ്ണപ്പേനയുമാണെന്ന് അവനറിഞ്ഞില്ല. അതറിയുമ്പോൾ അവനെന്തൊരു സന്തോഷമാകുമല്ലേ? വായനക്കാരായ നമുക്കും അങ്ങനെയാവും, തീർച്ച.

ടീച്ചറമ്മ

മുമ്പൊരിക്കലും ഇങ്ങനെയൊന്നുമായിരുന്നില്ല അവന് ടീച്ചറമ്മ.

ക്ലാസിൽ ശരിക്കൊന്ന് ഇരിക്കാൻപോലും നേരം കൊടുക്കാതെ ടീച്ചറമ്മ അവനോട് ഓരോന്നു പറഞ്ഞുകൊണ്ടിരിക്കും.

“മോനേ, ഹെഡ്മാഷിന്റെ മുറിയിൽപ്പോയി ഹാജർ പുസ്തകം കൊണ്ടുവാ.”

“മോനേ, സ്റ്റാഫ്റൂമിൽനിന്ന് ചോക്കുപെട്ടി എടുത്തു കൊണ്ടുവാ.”

“ഡസ്റ്ററും ചൂരലും വേഗം കൊണ്ടുവാ മോനേ.”

കേൾക്കേണ്ട താമസം, എല്ലാം ടീച്ചറമ്മയുടെ മുന്നിലെത്തിക്കും, അവൻ. കൂട്ടുകാരുടെ മുന്നിൽവെച്ച് എല്ലാവരെയും പോലെ അവനും ‘ടീച്ചറേ’ എന്നേ വിളിക്കൂ. വേറെയാരും ഇല്ലാത്ത സമയത്താണെങ്കിൽ ശബ്ദം താഴ്ത്തി ‘ടീച്ചറമ്മേ’ന്നും. അതുകേൾക്കുമ്പോൾ ടീച്ചറമ്മയ്ക്കും അങ്ങനെ വിളിക്കുമ്പോൾ അവനും എന്തു സന്തോഷമാണെന്നോ!

മക്കളില്ലാത്ത ടീച്ചറമ്മയ്ക്ക് അവൻ പൊന്നുമോനാവും, അപ്പോൾ.

അമ്മയില്ലാത്ത അവന് അവർ പൊന്നമ്മയും!

രണ്ടാൾക്കും കാണാതെ, മിണ്ടാതെ ജീവിക്കാനേ പറ്റാറില്ല.

ആ ടീച്ചറമ്മയാണ് ഇപ്പോൾ, ഇങ്ങനെ.

രണ്ടുമൂന്നു നാളായി അവരവനെ കണ്ടഭാവം നടിക്കുന്നേയില്ല. അവനെ കാണുമ്പോൾ അവരുടെ മുഖത്ത് ചിരിയെന്നല്ല, എന്തെങ്കിലുമൊരു ഭാവഭേദം പോലുമില്ല. ഹാജർ പുസ്തകമായാലും ചോക്കുപെട്ടിയായാലും ഡസ്റ്ററും ചൂരലുമായാലും ഒന്നും എടുത്തുകൊണ്ടുവരാൻ അവനോട് ആവശ്യപ്പെട്ടില്ല.

അവന്റെ മനസ്സ് നൊന്തു. ഇടയ്ക്കിടെ പൊടിഞ്ഞ കണ്ണുനീർ മറ്റാരും കാണാതെ തുടച്ചുകളഞ്ഞു, അവൻ.

ക്ലാസിലെ മറ്റു കുട്ടികൾക്കും വലിയ അത്ഭുതമായി. എപ്പോഴും ചക്കരയും ഈച്ചയും പോലിരുന്ന ടീച്ചറമ്മയും അവനും ഇപ്പോഴെന്തേ ഇങ്ങനെ?

അവർ അടക്കം പറഞ്ഞു.

"ടീച്ചറമ്മ അവനോട് ഇഷ്ടം വെട്ടിക്കാണും."

ഒരു കുട്ടി കുറച്ചുനേരത്തെ ആലോചനയ്ക്ക് ശേഷം പറഞ്ഞു.

"ഏയ്, ടീച്ചറമ്മയ്ക്ക് വയ്യാത്തോണ്ടാവും."

അവനോട് യോജിക്കാതെ മറ്റൊരു കുട്ടി പറഞ്ഞു.

ടീച്ചറമ്മ ക്ലാസു തുടർന്നു. ഗുരുനാഥനു കൊടുത്ത വാക്കു പാലിക്കാൻ തന്റെ പെരുവിരൽ ഗുരുദക്ഷിണയായി നല്കിയ ഏകലവ്യന്റെ കഥയാണ് അവരന്നു പറഞ്ഞത്.

'കഷ്ടം', 'പാവം' എന്നൊക്കെ തനിയെ പറഞ്ഞു നെടുവീർപ്പിട്ടു, കുട്ടികൾ.

അവനുപക്ഷേ, ഒരു സന്തോഷവും തോന്നിയില്ല. എല്ലാ കുട്ടികളുടെയും മുഖത്ത് മാറിമാറി നോക്കി കഥ പറയുന്ന ടീച്ചറമ്മ ഒരു തവണപോലും തന്നെയൊന്നു നോക്കിയില്ലല്ലോ എന്നവൻ വേദനയോടെ ഓർത്തു.

ടീച്ചറമ്മയ്ക്ക് തന്നോട് ഇഷ്ടമില്ലാതായതിന്റെ കാരണം അവന് നന്നായറിയാമായിരുന്നു.

എല്ലാം സ്വയം വരുത്തിവെച്ചതല്ലേ? അതിന്റെ വല്ല ആവശ്യവും ഉണ്ടായിരുന്നോ?

അവൻ കുറ്റബോധത്തോടെ ഓർത്തു.

ടീച്ചറമ്മ നടത്തിയ പരീക്ഷയിൽ ഒന്നാമതെത്തിയേ തീരൂ

എന്ന വാശി തോന്നിയിരുന്നു. പലതവണ വായിച്ചിട്ടും ചില തെല്ലാം മനസ്സിൽ തങ്ങുന്നില്ല.

മാർക്ക് കുറഞ്ഞാൽ ടീച്ചറമ്മയ്ക്ക് ഇഷ്ടമായില്ലെങ്കിലോ?

അങ്ങനെ തോന്നിയ ദുർബ്ബുദ്ധിയാണ്.

കൈവെള്ളയിൽ കുനുകുനാന്ന് കുത്തിക്കുറിച്ചിട്ടു, പാഠഭാ ഗങ്ങൾ. പരീക്ഷ തുടങ്ങും മുമ്പ് ടീച്ചറമ്മ അടുത്തുവന്ന് 'ശ്രദ്ധിച്ച് എഴുതണേ മോനേ'ന്ന് ഒന്നുകൂടി ഓർമ്മിപ്പിച്ചു. എല്ലാം 'പഠിച്ച്, പുരപ്പുറത്ത് കേറ്റ്യേ'ഭാവത്തിൽ അവൻ തലയാട്ടി.

നാലുപാടും കള്ളക്കണ്ണെറിഞ്ഞ്, വിരലുകൾ നിവർത്തി, ഉത്തരം സ്ലേറ്റിലേക്ക് പകർത്തിത്തുടങ്ങി, അവൻ.

നെഞ്ച് കൂടുതൽ വേഗത്തിൽ ഉയർന്നു താഴുകയും ദേഹം വിയർക്കുകയും ചെയ്യുന്നത് അവനറിഞ്ഞു.

ഇടയ്ക്കെപ്പോഴോ തലയുയർത്തിയ അവൻ കണ്ടത്, തന്റെ മുഖത്തുനിന്നും കണ്ണെടുക്കാതെ നില്ക്കുന്ന ടീച്ചറമ്മയെ!

ആ കണ്ണുകൾ നനഞ്ഞിരുന്നു എന്നുറപ്പാണ്.

അതിൽപ്പിന്നെയാണ് ടീച്ചറമ്മ ഇങ്ങനെ.

അവനെയൊന്നു നോക്കുകപോലും ചെയ്യാതെ ടീച്ചറമ്മ ക്ലാസുനിർത്തി ഇറങ്ങിപ്പോയി. അവനാകെ ശ്വാസം മുട്ടുന്ന പോലെ തോന്നി.

രണ്ടും കല്പിച്ച് അവൻ സ്റ്റാഫ് റൂമിലേക്ക് നടന്നു.

അവിടെ, മരത്തിന്റെ മേശപ്പുറത്ത്, പകർത്തെഴുത്തു പുസ്ത കങ്ങളുടെ അടുക്കിനുമേൽ തലവെച്ച് ടീച്ചറമ്മ. കരഞ്ഞുകരഞ്ഞ് അവരുടെ കണ്ണുകലങ്ങിയിട്ടുണ്ട്.

അതവന് സഹിക്കാനായില്ല. അവൻ ഓടിച്ചെന്ന് അവരുടെ കാൽക്കൽവീണ് കരഞ്ഞു പറഞ്ഞു:

"ക്ഷമിക്കണം ടീച്ചറമ്മേ. ഞാനിനി ഒരിക്കലും ഇതാവർത്തി ക്കില്ല."

അതിനു മറുപടിയായി അവരവനെ തന്നോടു ചേർത്തു നിർത്തി, നെറുകയിൽ തലോടിക്കൊണ്ട് പറഞ്ഞു:

"പൊന്നുമോനേ, നീ നന്നാവാനല്ലേ...?"

അതു കേട്ടതും അലയൊഴിഞ്ഞ കടൽ പോലെ ശാന്തമായി അവന്റെ മനസ്സ്. അവൻ ടീച്ചറമ്മയോട് കൂടുതൽ ചേർന്നുനി ന്നു.

വേദന

അവന് സ്കൂളിൽ പോവുന്നതേ ഇഷ്ടമായിരുന്നില്ല.

സ്കൂളിലേക്കുള്ള വഴി, നിറയെ വാഹനങ്ങൾ, ഇരുവശവും നിറമുള്ള മിഠായിഭരണികൾ നിരത്തിവെച്ച പെട്ടിക്കടകൾ, സ്കൂളിലെ നല്ല കൂട്ടുകാർ... എല്ലാം അവനിഷ്ടമായിരുന്നു. എന്നിട്ടും അവൻ സ്കൂളിൽ പോവാൻ മടിച്ചു.

അതിനൊരു കാരണമുണ്ട്.

ഒരേയൊരു കാരണം.

ഉണ്ടക്കണ്ണുള്ള, കുട്ടികളെ എപ്പോഴും നുള്ളുന്ന കണക്കുടീച്ചർ!

അറ്റം കൂർപ്പിച്ച നഖംകൊണ്ട് കുട്ടികളുടെ കൈത്തണ്ടയിലെയും തുടയിലെയും ചിലപ്പോൾ കവിളിലെത്തന്നെ തൊലി നുള്ളിയെടുക്കും, അവർ.

ഹോ!

ഓർത്തപ്പോഴേ അവനു പേടിയായി.

തുടയിൽ ഇപ്പോഴുമുണ്ട്, ചുവന്നുതുടുത്ത് നാലഞ്ചു ചന്ദ്രക്കലകൾ!

കണക്കാണ് വിഷയം. എത്ര പഠിച്ചാലും തലയിൽക്കയറില്ല. ഇന്നിപ്പോൾ കുറെ ഗുണനപ്പട്ടികയുമുണ്ട് കാണാതെ പഠിക്കാൻ. അതും എട്ടിന്റെയും ഒമ്പതിന്റെയും. ഒരു നൂറുവട്ടം വായിച്ചുകാണും, ഇതിനകം. എന്നാലും 'ഓരെട്ടെട്ട്, ഈരെട്ടു പതിനാറ്, മൂവെട്ട്...' ഇരുപത്തിനാലോ ഇരുപത്തിയാറോ...? സംശയമായി.

ബുദ്ധി അരണേടെയാണെന്ന് അമ്മ എപ്പോഴും പറയും.

അതെത്ര ശരിയാണ്!

ടീച്ചറുടെ നുള്ള് ഇന്നെങ്കിലും കൊള്ളണ്ടാന്നു കരുതിയാണ് ഇത്തിരി പനി അഭിനയിച്ചു നോക്കിയത്.

രാവിലെ തന്നെ തണുത്ത വെള്ളം കോരി തലയിലൊഴിച്ചു നോക്കി. തല തോർത്താതെ തോർത്തിയെന്നു പറഞ്ഞുനോക്കി. എവിടെ? കൈ കഴുത്തിൽ എത്രയമർത്തി നോക്കിയിട്ടും ഒട്ടുമില്ല ചൂട്.

അങ്ങനെ 'കള്ളപ്പനി' ദയനീയമായി പൊളിഞ്ഞു!

സ്കൂളിലേക്ക് ഇനിയുമുണ്ട് നടക്കാൻ. പാതിവഴി പിന്നിട്ട് അമ്പലത്തിനടുത്തെത്തിയതേയുള്ളൂ. കൺമുന്നിൽ അമ്പലത്തിന്റെ ഭണ്ഡാരം. പെട്ടെന്നവന്റെ മുഖം വിടർന്നു. അവൻ കുപ്പായക്കീശയിൽ തപ്പിനോക്കി. നാരങ്ങാമിഠായി വാങ്ങിക്കാൻ അമ്മ തന്ന ഇരുപത്തഞ്ചുപൈസയുണ്ട്.

ഇതുകൊണ്ടൊരു പ്രയോഗമായിക്കളയാം.

'താൻ പാതി, ദൈവം പാതി' എന്നല്ലേ?

മിഠായി തിന്നില്ലെങ്കിലും വേണ്ടില്ല, കണക്കു ടീച്ചറുടെ നുള്ളുകിട്ടാതിരുന്നാൽ മതി.

അവൻ നാണയം ഭണ്ഡാരത്തിലിട്ട്, കൈകൂപ്പി നിശ്ശബ്ദമായി പ്രാർത്ഥിച്ചു.

"ഈശ്വരാ, ഇന്ന് കണക്കുടീച്ചർക്ക് തലവേദന വരണേ. ടീച്ചറിന്ന് സ്കൂളിൽ വരരുതേ."

അവൻ സന്തോഷത്തോടെ സ്കൂളിലേക്ക് നടന്നു. ഒന്നാം മണി അടിച്ചുകാണും. ചിലപ്പോൾ അസംബ്ലിയും തുടങ്ങിയിട്ടുണ്ടാവും. എങ്കിൽ, അതു കഴിയുംവരെ പുറത്തുനില്ക്കണം. വൈകിവന്നതിന് ഒരുനുള്ളുകൂടി കിട്ടാനും മതി. എന്നാൽ, സംഭവിച്ചത് അങ്ങനെയൊന്നുമല്ല.

അവൻ സ്കൂളിന്റെ ഗേറ്റു കടന്നുചെന്നപ്പോഴുണ്ട്, കുട്ടികളും അദ്ധ്യാപകരുമൊക്കെ ക്ലാസിനു പുറത്ത് കൂടി നില്ക്കുന്നു. എല്ലാവരുടെയും മുഖം വാടിയിട്ടുണ്ട്.

"എന്തേ പറ്റ്യേ?" അവൻ കൂട്ടുകാരിലൊരാളോട് ചോദിച്ചു.

"നീയറിഞ്ഞില്ലേ? നമ്മുടെ കണക്കുടീച്ചറെ കാറിടിച്ചു. തല പൊട്ടി ടീച്ചറിപ്പോ ആസ്പത്രീലാ...!"

"വളരെ ഗുരുതരാവസ്ഥയിലാണത്രെ ടീച്ചർ."

"ഒന്നും പറയാറായിട്ടില്ലെന്നാ ഡോക്ടർ പറഞ്ഞത്."

മുഴുവൻ കേൾക്കും മുമ്പേ, അവന്റെ കണ്ണിൽ ഇരുട്ടുകയറി.

ആസ്പത്രിക്കിടക്കയിൽ ചോരയൊലിക്കുന്ന തലയുമായി ടീച്ചർ...

അവന്റെ ശരീരം തളർന്നു.

ആരോടുമൊന്നും പറയാതെ അവൻ വേഗം തിരിച്ചുനടന്നു. അമ്പലത്തിനു മുന്നിലെത്തിയപ്പോഴേക്കും ആ കണ്ണുകൾ നിറഞ്ഞൊഴുകി. കൈകൾ കൂപ്പി, നെഞ്ചുരുകി അവൻ പ്രാർത്ഥിച്ചു.

"ഈശ്വരാ, എന്റെ ടീച്ചർക്കൊന്നും വര്ത്തരുതേ..."

തുടയിൽ അമർത്തിനുള്ളി സ്വയം വേദനിപ്പിച്ചുകൊണ്ട് അവൻ മുന്നോട്ടു നടന്നു. കുറ്റബോധത്തിൽ താൻ ഉരുകിത്തീർന്നെങ്കിൽ എന്നവൻ കൊതിച്ചു.

അപ്പോഴും അവന്റെ മനസ്സിൽ കണ്ണീരിൽ കുതിർന്ന്, കണക്കുടീച്ചറുടെ മുഖം തെളിഞ്ഞുനിന്നു.

അവൻ പൊട്ടിക്കരഞ്ഞുകൊണ്ടേയിരുന്നു.

അമ്മിണിക്കുട്ടി

"വേണ്ടപ്പാ, അമ്മിണിക്കുട്ട്യേ കൊണ്ടോവണ്ട."

അച്ഛന്റെ കൈപിടിച്ച് പുറകോട്ടു വലിച്ചുകൊണ്ട് അവൻ കെഞ്ചിപ്പറഞ്ഞു. അവന്റെ കണ്ണീർവീണ് അച്ഛന്റെ കൈത്തണ്ട നനഞ്ഞു.

"എനിക്കിതിനെ കൊണ്ടോവാതെ പറ്റില്യ മോനേ. ഇതു നമ്മ്ടെയല്ലല്ലോ."

വാക്കുകൾ ഇടറുന്നത് അവനറിയാതിരിക്കാൻ ശ്രദ്ധിച്ച് അച്ഛൻ പറഞ്ഞു.

അവനൊന്നും മനസ്സിലായില്ല.

അമ്മിണിക്കുട്ടി തന്റെയാരുമല്ലെന്നോ!

അവന് സഹിക്കാനാവാത്ത വിഷമം തോന്നി.

എല്ലാം ഇന്നലെയെന്നപോലെ ഓർമ്മയുണ്ടവന്.

ഒരു മഴക്കാലത്താണ് അച്ഛൻ പശുക്കിടാവിനെയുംകൊണ്ട് കൂരയിൽ വന്നത്. നല്ല ലക്ഷണമൊത്ത, നെറ്റിയിൽ വെള്ളപ്പൊട്ടുള്ള പശുക്കിടാവ്. തള്ളപ്പശുവിന്റെ കറവ വറ്റിയപ്പോൾ അച്ഛൻ പണിയെടുത്തിരുന്ന വീട്ടിൽനിന്നും വളർത്താനായി കൊണ്ടുവന്നതാണ്.

ഒറ്റനോട്ടത്തിൽത്തന്നെ അവനൊരുപാട് ഇഷ്ടമായി അതിനെ.

"ങും, ഇവിടേള്ളോർക്കുതന്നെ അരവയറാ. അതിന്റേടേലാ ഒന്നിനേക്കൂടി..."

അമ്മ മാത്രമാണ് മുഖം വീർപ്പിച്ചത്.

പക്ഷേ, കുറച്ചു ദിവസം കഴിഞ്ഞതും അമ്മയുടെ അഭിപ്രായവും മാറി.

"എന്തായാലും നല്ല കുരുത്തോള്ള പൈക്കുട്ടി തന്നെ!"

വളർത്താൻ വാങ്ങിയ പയ്യിനെ ക്ഷീണിപ്പിക്കരുത്. തിന്നാനും കുടിക്കാനും കൊടുത്ത് എപ്പോഴുമതിന്റെ വയറു നിറഞ്ഞുതന്നെയിരിക്കണം. അതിനെ പട്ടിണിക്കിട്ടാൽ ഉടമ കോപിക്കും. അടിയാന്റെ കുലം മുച്ചൂടും മുടിയട്ടെയെന്ന് ശപിക്കും.

ഗോഹത്യാ പാപം അത്രയ്ക്ക് തീവ്രമാണ്.

ഒരിക്കലും അതിനിടവരരുത്.

ഇടയ്ക്കിടെ ഉടമ തരുന്ന ചില്ലറക്കാശ് ഒന്നിനും തികയില്ല. എങ്കിലും, അമ്മിണിക്കുട്ടിയുടെ കാര്യത്തിൽ അച്ഛനൊരിക്കലും വീഴ്ച വരുത്തിയിട്ടില്ല. വീട്ടിലെ അടുപ്പിൽ തീ പുകയാത്തപ്പോഴും അമ്മിണിക്കുട്ടിക്ക് പുല്ലും പിണ്ണാക്കും കിട്ടും. വയറു വിശക്കുമ്പോഴും അച്ഛനവളെ തലോടിക്കൊണ്ട് പതുക്കെപ്പറയും.

"നീയെന്റെ മോളല്ലേ, വയറു നിറച്ചും കുടിച്ചോ!"

അമ്മ അവനു വിളമ്പിക്കൊടുക്കുന്ന കഞ്ഞി ആരുമറിയാതെ തൊഴുത്തിലേക്ക് കൊണ്ടുപോവുന്നത് പലതവണ കണ്ടിട്ടും അച്ഛനൊന്നും പറഞ്ഞില്ല. ഒരിക്കൽ ഇതേച്ചൊല്ലി അമ്മ ബഹളം വെച്ചപ്പോഴും അച്ഛനവന്റെ ഭാഗത്തുതന്നെ നിന്നു.

"പോട്ടെ, കുട്ട്യോളല്ലേ?"

എന്നെങ്കിലുമൊരിക്കൽ അമ്മിണിക്കുട്ടിയെ പിരിയേണ്ടി വരുമെന്ന് അവൻ സ്വപ്നത്തിൽപ്പോലും കരുതിയതല്ല. വളർന്നു വലുതാവുമ്പോൾ അവളെ തിരിച്ചുകൊടുക്കേണ്ടി വരുമെന്ന് അച്ഛനോ അമ്മയോ അവനോടു പറഞ്ഞതുമില്ല. അതുകൊണ്ടാണ്, അമ്മിണിക്കുട്ടിയെ കൊണ്ടുപോകുമെന്നറിഞ്ഞപ്പോൾ അവനു സഹിക്കാനാവാതെ വന്നത്.

രാത്രി മുഴുവനും അതായിരുന്നു ചിന്ത. ഒരുപോള കണ്ണടയ്ക്കാതെ കിടന്ന് ഒടുവിൽ സ്വയം സമാധാനിച്ചു.

"പോട്ടെ."

അമ്മിണിക്കുട്ടിയെ ഉടമസ്ഥന് കൈമാറുന്നതു കാണാൻ

വയ്യ. അതുകൊണ്ട് അച്ഛന്റെയൊപ്പം പോവണ്ട എന്നാണ് ആദ്യം കരുതിയത്. പക്ഷേ, അവസാനനിമിഷം തീരുമാനം മാറ്റി.

ഇത്തിരിനേരം കൂടി തന്റെ അമ്മിണിക്കുട്ടിക്കൊപ്പം ഉണ്ടാവാമല്ലോ.

"തമ്പ്രാനേ, ഇതാ പൈക്കുട്ടി."

അമ്മിണിക്കുട്ടിയെ മുറ്റത്തെ കിളിച്ചുണ്ടൻ മാവിൽ കെട്ടി അച്ഛൻ വിനയത്തോടെ പറഞ്ഞു.

ഉടമ എഴുന്നേറ്റുവന്ന് അമ്മിണിക്കുട്ടിയെ ആകെയൊന്നു നോക്കി. ആ മുഖത്ത് സംതൃപ്തി നിഴലിച്ചു. അദ്ദേഹം മടിക്കുത്തിൽനിന്നും കുറെ നോട്ടുകൾ അച്ഛന്റെ കൈയിൽവെച്ചുകൊടുത്തിട്ടു പറഞ്ഞു:

"ഇതിരിക്കട്ടെ. കുറെ കഷ്ടപ്പെട്ടതല്ലേ?"

പെട്ടെന്ന് അവനു നിയന്ത്രണം വിട്ടു. അവനുറക്കെ പൊട്ടിക്കരഞ്ഞു. കണ്ണീരൊഴുകി അവന്റെ മുഖം കുതിർന്നു. അവൻ ഓടിച്ചെന്ന് അമ്മിണിക്കുട്ടിയെ കെട്ടിപ്പിടിച്ച് അതിന്റെ നെറ്റിയിലും മുഖത്തുമെല്ലാം അമർത്തി ചുംബിച്ചു.

അച്ഛൻ ഇതെല്ലാം കണ്ട് എന്തുചെയ്യണമെന്നറിയാതെ നിന്നു.

ഉടമയുടെ കണ്ണും നനഞ്ഞു. അദ്ദേഹം അമ്മിണിക്കുട്ടിയുടെ കെട്ടഴിച്ച്, കയറിന്റെ അറ്റം അവന്റെ കൈയിൽ പിടിപ്പിച്ച് പറഞ്ഞു:

"പാവം! അവന്റെ മനസ്സു വിഷമിപ്പിക്കണ്ട. ഇവൾ അവിടെത്തന്നെ വളർന്നോട്ടെ."

അവന് കേട്ടതൊന്നും വിശ്വസിക്കാനായില്ല. അപ്പോഴവന്റെ മനസ്സിൽ ആയിരം പൂത്തിരികൾ ഒന്നിച്ച് തെളിഞ്ഞു.

ശരിക്കുമൊരു പകൽപ്പൂരം!

ചുമട്ടുകാരൻ

ചുട്ടുപൊള്ളുന്ന വഴിയിലൂടെ വെറുംകാലുവെച്ച് അവൻ നടന്നു. തലയിലെ ചുമടിന് അസഹ്യമായ ഭാരം. ഇട്ടിരുന്ന ബനിയനും ട്രൗസറും വിയർപ്പിൽ കുതിരുന്നു. ചുമടിന്റെ ഭാരത്താൽ കഴുത്തിടറുന്നുമുണ്ട്.

ആ ചുമടിനുള്ളിൽ എന്താണെന്ന് അവനറിയില്ല. വിലപിടിപ്പുള്ള എന്തുമാവാം. അതുകൊണ്ട് വളരെ ശ്രദ്ധിക്കണം. ഒരുനിമിഷം ശ്രദ്ധതെറ്റി ചുമടെങ്ങാനും താഴെവീണാൽ...

ഹോ, അതോർക്കാൻകൂടി വയ്യ!

തൊട്ടുപിന്നിൽ എല്ലാം ശ്രദ്ധിച്ച് ചുമടിന്റെ ഉടമസ്ഥനുണ്ട്.

അദ്ദേഹമൊരു നല്ലവനാവണം. അല്ലെങ്കിൽ റെയിൽവേ സ്റ്റേഷനിൽനിന്നും പുറത്തിറങ്ങുമ്പോൾ ചുറ്റും പൊതിഞ്ഞ മുതിർന്ന ചുമട്ടുകാരെ ഒഴിവാക്കി ഈ കെട്ട് തന്റെ തലയിൽത്തന്നെ വെച്ചുതരുമായിരുന്നോ?

ഒരുപക്ഷേ, തനിക്കാവുമ്പോൾ കൂലി കുറച്ചു മതിയെന്ന ചിന്തകൊണ്ടുമാവാം.

ഒഴിഞ്ഞ കീശയും കത്തുന്ന വയറുമായി രാവിലെ എത്തിയതാണ് റെയിൽവേ സ്റ്റേഷനിൽ. വിശപ്പ് തീവ്രമായതുകൊണ്ടാവാം, വയറു കാളുന്നുണ്ട്.

അവൻ മുന്നോട്ടു നടന്നു.

"ദാ, ഇവ്ടെ മതി." ഉടമസ്ഥന്റെ ഘനഗംഭീരമായ ശബ്ദം.

അവന് ആശ്വാസമായി. വളരെ ശ്രദ്ധിച്ച് അവനാ ചുമട് താഴെയിറക്കിവെച്ചു.

"എത്ര വേണം?"

പാന്റിന്റെ കീശയിൽനിന്നും തടിച്ച പേഴ്സെടുത്തു നിവർത്തി ഉടമസ്ഥൻ ചോദിച്ചു.

"വിശക്കുന്നു."

അവൻ ദയനീയമായി പറഞ്ഞു.

"ദാ, ഇതു വെച്ചോ."

അവൻ ഞെട്ടിപ്പോയി. ചുളിവുപോലും വീഴാത്ത പുത്തൻ ഇരുപതുരൂപാനോട്ട് അദ്ദേഹം തനിക്കുനേരെ നീട്ടുന്നു!

"സാർ..."

അതു വാങ്ങാൻ മടിച്ച് അവൻ നിന്നു. അദ്ദേഹം ആ നോട്ട് അവന്റെ വിയർപ്പു പുരണ്ട കൈകളിൽ ബലമായി പിടിപ്പിച്ചു.

അവന്റെ കണ്ണുനിറഞ്ഞു. അദ്ദേഹത്തിന്റെ വലിയ മനസ്സിന് മൗനമായി നന്ദിപറഞ്ഞ് അവൻ നടന്നകന്നു.

പുത്തൻ നോട്ട് കൈവെള്ളയിലിരുന്ന് പിടയ്ക്കുന്നു. വയറ്റിലെ കാളൽ ഒന്നുകൂടി രൂക്ഷമായി.

എന്തെങ്കിലും കഴിച്ചിട്ടാവാം ബാക്കി കാര്യം!

അവൻ ബസ്സ്റ്റാന്റിനടുത്തുള്ള 'ബ്രാഹ്മണാൾ കാപ്പിശാപ്പാടു ഹോട്ടലി'ലേക്ക് വലിഞ്ഞു നടന്നു.

ഹോട്ടലിനു മുന്നിലെത്തിയതും മൂക്കിലെ കണ്ണാടിക്കു മുകളിലൂടെ അവനെ തുറിച്ചുനോക്കി ഉണ്ടക്കണ്ണൻ സ്വാമി ആട്ടി.

"ത്ഫൂ, വെളിയെ പോടാ."

അവൻ കൈനിവർത്തി ചുവന്ന നോട്ട് അയാളെ കാണിച്ചു. അതുകണ്ട് സ്വാമിയുടെ മുഖം വിടർന്നു. അയാൾ മുറുക്കിത്തേഞ്ഞ പല്ലു മുഴുവൻ പുറത്തുകാട്ടിച്ചിരിച്ച് പറഞ്ഞു:

"വാങ്കോ..."

അവൻ അകത്തു കയറി കസേരയിലിരുന്നു. മസാലദോശയും ചായയും കഴിച്ച് പുറത്തിറങ്ങി. ഇപ്പോൾ കൈയിൽ കുറെ

ചെറിയ നോട്ടുകളും ചില്ലറ നാണയങ്ങളും.

ബസ്സ്റ്റാന്റിലെത്തിയപ്പോൾ കൂട്ടുകാർ ചുറ്റും കൂടി. അവനൊരു കോളുകിട്ടിയിരിക്കുന്നുവെന്ന് അവർ എങ്ങനെയോ മനസ്സിലാക്കിയിരിക്കുന്നു.

ചുമട്ടുകാർ, ലോട്ടറി വില്പനക്കാർ, കടലവില്പനക്കാർ... ഇങ്ങനെ പലതരം 'കുട്ടിത്തൊഴിലാളികൾ'.

"ഡാ, നിനക്ക് ബീഡി വേണോ?"

ചുണ്ടിൽ കത്തിച്ചുപിടിച്ച ബീഡി ആഞ്ഞുവലിച്ച് ഒരുവൻ ചോദിച്ചു.

അവൻ നിഷേധാർത്ഥത്തിൽ തലയാട്ടി.

അപ്പോഴവന്റെ മനസ്സു നിറയെ അച്ഛനായിരുന്നു. ഇരുട്ടിന്റെ മറവിൽ ചുമച്ചുചുമച്ച് തളർന്നു വീഴുന്ന അച്ഛൻ.

നിശ്ചലമായ ആ ശരീരത്തിൽ തലചായ്ച്ചു കരയുന്ന കൊച്ചുകുട്ടി.

"വേണ്ട." അവൻ എഴുന്നേറ്റു നടന്നു.

ബസ്സ്റ്റാന്റിന്റെ ഒരു മൂലയിൽ ഒട്ടിയ വയറോടെ തളർന്നു

കിടന്നുറങ്ങുന്ന രണ്ടുമൂന്നു കുഞ്ഞുങ്ങൾ. വൃത്തികെട്ട ചുമരിൽ ചാരി തളർന്നിരിക്കുന്ന അവരുടെ അമ്മയും.

അവനാ കുഞ്ഞുങ്ങളുടെ മുഖത്തേക്ക് തന്നെ നോക്കിനിന്നു. അത് തന്റെ തന്നെ മുഖമാണെന്ന് അവനു തോന്നി.

കൈവെള്ളയിൽ മുറുക്കിപ്പിടിച്ചിരുന്ന പണം ആ സ്ത്രീയുടെ കൈയിൽ വെച്ചുകൊടുത്ത് അവൻ വേഗം നടന്നു.

അപ്പോൾ നിറഞ്ഞത് അവന്റെ വയറു മാത്രമല്ല, മനസ്സുകൂടിയാണ്...

മുത്തശ്ശി

ചോദ്യക്കടലാസ് കൈയിൽപ്പിടിച്ചിരിക്കാൻ തുടങ്ങിയിട്ട് ഏറെ നേരമായി. ഡെസ്കിൽ ഒന്നും എഴുതാതെ നിവർത്തി വെച്ച വെള്ളക്കടലാസ്...

അവൾ ശബ്ദമില്ലാതെ കരയുകയായിരുന്നു. അവളുടെ ഇട യ്ക്കിടെയുള്ള ഏങ്ങലടികൾ പക്ഷേ, ആരും കേട്ടതുമില്ല. കണ്ണിൽ വെള്ളം നിറഞ്ഞ് ചോദ്യക്കടലാസിലെ അക്ഷരങ്ങളൊന്നും വ്യക്തമാവുന്നില്ല.

അവൾ തലചെരിച്ചു നോക്കി.

കൂട്ടുകാരെല്ലാം ഉത്സാഹത്തോടെ ഉത്തരങ്ങൾ എഴുതുന്നു ണ്ട്. ഇടയ്ക്കൊന്ന് നിർത്തി, ഓർമ്മ വരാത്ത ഉത്തരങ്ങൾക്കു വേണ്ടി കുറച്ചുനേരം തലയ്ക്ക് കൈകൊടുത്ത് ആലോചിച്ചിരു ന്ന്, വീണ്ടും തിരക്കോടെ...

പാഠങ്ങളെല്ലാം അവൾക്ക് മനഃപാഠമാണ്. ഏതുറക്കത്തിൽ ചോദിച്ചാലും ഒരക്ഷരംപോലും തെറ്റാതെ പറയാൻ പാകത്തിന് അരച്ചുകലക്കി കുടിച്ചതാണ്.

പക്ഷേ, ഇപ്പോഴൊന്നിനും കഴിയുന്നില്ല.

എപ്പോഴും മനസ്സിൽ മുത്തശ്ശിയുടെ ദയനീയ ചിത്രമാണ്.

നെഞ്ചിൻകൂട് ക്രമത്തിലധികം ഉയരുമാറ് ചുമച്ചുചുമച്ച് മുത്തശ്ശി. ചുമയുടെ മാലപ്പടക്കമാണ്. ചുമ ഒഴിഞ്ഞുനില്ക്കുന്ന

താല്ക്കാലിക ഇടവേളകളിൽ ആ കണ്ണുകൾ നിറയും. മെലിഞ്ഞ കൈകൾകൊണ്ട് അവളെ അടുപ്പിച്ചു നിർത്തി പറയും.

"നിക്ക് വയ്യാണ്ടായി മോളേ. ഇനീം അധികനാളുണ്ടാവില്യ ഞാൻ."

അവൾക്കത് താങ്ങാനാവുമായിരുന്നില്ല. മരുന്നു മണക്കുന്ന മുറിയിൽ, കിടക്കയിൽ മുത്തശ്ശിയോടു ചേർന്നിരുന്ന്, ആ കണ്ണുകൾ തുടച്ച് അവൾ പറയും:

"മുത്തശ്ശിക്ക് ഒന്നൂല്യാട്ടോ. എല്ലാം വെറുതെ തോന്നണതാ."

പരീക്ഷയ്ക്കുള്ളതെല്ലാം വെള്ളം പോലെ പഠിച്ച്, പരീക്ഷയെഴുതാൻ തയ്യാറെടുത്തിരിക്കുമ്പോഴാണ് മുത്തശ്ശിക്ക് അസുഖം കൂടിയത്.

ചുമയുടെ ശബ്ദം കേട്ടാണ് അവൾ ഞെട്ടിയുണർന്നത്. അച്ഛനുമമ്മയുമൊക്കെ പരിഭ്രമത്തോടെ മുത്തശ്ശിയുടെ അടുത്തുതന്നെയുണ്ട്. അവൾ കണ്ണുതിരുമ്മി ചെന്നപ്പോൾ കണ്ടതോ, ചുമച്ചു ചുമച്ച് ചോരതുപ്പുന്ന മുത്തശ്ശിയെ!

അതോടെ എല്ലാം പോയി.

"ഇനീം ഒരുപാടു പ്രതീക്ഷ വേണ്ട."

പുലർച്ചെ എത്തിയ ഡോക്ടർ, പരിശോധനകൾക്കുശേഷം അച്ഛനോട് ശബ്ദം താഴ്ത്തിപ്പറയുന്നതും അവൾ കേട്ടു.

അപ്പോഴും ആരും കാണാതെ കുറെ കരഞ്ഞു, അവൾ.

താനിപ്പോൾ പരീക്ഷാമുറിയിലാണെന്നതുപോലും മറന്ന് അവൾ മുത്തശ്ശിയെക്കുറിച്ചുള്ള ഓർമ്മകളിൽ മുഴുകി.

കുളിച്ചു കുറിയിട്ട്, വെള്ള മുണ്ടുടുത്ത് ഐശ്വര്യത്തോടെ പൂമുഖത്തിരിക്കാറുള്ള മുത്തശ്ശി...

എന്നും സ്കൂളിൽനിന്ന് തിരിച്ചെത്തുമ്പോൾ കെട്ടിപ്പിടിച്ച് പഞ്ചാരയുമ്മ തരാറുള്ള മുത്തശ്ശി...

രാത്രി തന്നെ ചേർത്തുകിടത്തി പറഞ്ഞാലും തീരാത്ത എത്രയോ കഥകൾ പറഞ്ഞുതരുന്ന മുത്തശ്ശി...

അവൾക്ക് സങ്കടം സഹിക്കാനായില്ല.

ആ മുത്തശ്ശിയാണിപ്പോൾ ഒട്ടും വയ്യാതെ...

അവൾ ഉത്തരക്കടലാസിൽ പലകുറി കുത്തിക്കുറിച്ചു.

"മുത്തശ്ശി... മുത്തശ്ശി... എന്റെ പൊന്നുമുത്തശ്ശി!"

അവൾക്ക് കരച്ചിലടക്കാനായില്ല. ഉറക്കെയുറക്കെ അവൾ കര

ഞ്ഞു. കൂട്ടുകാരെല്ലാം അതുകേട്ട് തലപൊക്കിനോക്കി. ചിലര വളെ കളിയാക്കിച്ചിരിച്ചു.

അവളതൊന്നും അറിഞ്ഞതേയില്ല.

അവളുടെ മനസ്സിലപ്പോൾ മുത്തശ്ശിയും താനും മാത്രം.

"എന്താ മോളേ? നിനക്കെന്തു പറ്റി?"

അവൾക്കേറ്റവും ഇഷ്ടമുള്ള താടിമാഷ് സ്നേഹത്തോടെ ചോദിച്ചു.

"മാഷേ, ന്റെ മുത്തശ്ശി..."

കരച്ചിലിനിടയിൽ അവൾക്ക് പറഞ്ഞു മുഴുമിപ്പിക്കാനായില്ല.

"സാരല്യ... മോള് പൊയ്ക്കോളൂ."

താടിമാഷ് അവളുടെ നെറുകയിൽ തലോടി.

അതു കേൾക്കേണ്ട താമസം, പരീക്ഷാമുറിയുടെ പുറത്തിരുന്ന പുസ്തകസഞ്ചിയെടുത്ത് അവൾ പുറത്തേക്കോടി.

"ന്റീശ്വരന്മാരേ, മുത്തശ്ശിയെ കാത്തോളണേ!"

നെഞ്ചത്തു കൈവെച്ച് പ്രാർത്ഥിച്ചുകൊണ്ടാണ് അവൾ വീടിന്റെ പടികടന്നത്.

അവളുടെ മുഖം തെളിഞ്ഞു.

പൂമുഖത്തെ ചാരുകസേരയിൽ തന്റെ പൊന്നുമുത്തശ്ശി!

ഇപ്പോൾ മുത്തശ്ശിക്ക് നെഞ്ചുപറിയും പോലുള്ള ചുമയില്ല. തികച്ചും ശാന്തമായ മുഖത്ത് പുഞ്ചിരി വിടർന്നിട്ടുണ്ട്.

"ന്റെ മുത്തശ്ശീ..."

അവൾ മുത്തശ്ശിയെ കെട്ടിപ്പിടിച്ചു.

അവളപ്പോഴും കരഞ്ഞു. അതുപക്ഷേ, ശ്വാസം മുട്ടിക്കുന്ന ഒരുതരം സന്തോഷം കൊണ്ടായിരുന്നു.

മൂവാണ്ടൻ മാവ്

അവന് ഉറക്കെ കരയണമെന്നു തോന്നി.

തെക്കേപ്പുറമ്പിലെ ചിത ഇനിയും കത്തിയമർന്നിട്ടില്ല. അതിൽനിന്ന് പുക ഉയർന്നുകൊണ്ടേയിരുന്നു.

ആ ചിതയിൽ എരിഞ്ഞുതീരുന്നത് തന്റെ പ്രിയപ്പെട്ട മുത്തച്ഛനാണെന്ന് അവനിനിയും വിശ്വസിക്കാനായില്ല. മുത്തച്ഛൻ എന്നെങ്കിലും തന്നെ വിട്ടുപോകുമെന്ന് അവൻ ഭയന്നതുമില്ല.

"മുത്തച്ഛാ, മുത്തച്ഛനെന്നെങ്കിലും മരിക്ക്യോ?"

"മുത്തച്ഛനാണോ ഞാനാണോ ആദ്യം മരിക്കുക?"

ഇങ്ങനെയൊക്കെ അവൻ പലതവണ ചോദിച്ചിട്ടുണ്ട്, അപ്പോഴൊക്കെ നരച്ചു നീണ്ട താടി തടവി മുത്തച്ഛനിതേ പറയൂ.

"മോൻകുട്ടൻ വിഷമിക്കണ്ടാട്ടോ. മുത്തച്ഛനും മരിക്കില്ല, മോൻകുട്ടനും മരിക്കില്ല. പോരേ?"

അതെല്ലാം കണ്ണടച്ചു വിശ്വസിച്ചു, അവൻ.

എന്നിട്ടോ?

ഇന്നലെ സ്കൂളിൽനിന്നു വന്നപ്പോഴുണ്ട്, മുത്തച്ഛന്റെ കട്ടിലിനരികെ അച്ഛനുമമ്മയും വിഷമിച്ചു നില്ക്കുന്നു. അവരൊന്നും പറയുന്നില്ല.

മുത്തച്ഛനാണെങ്കിൽ ശ്വാസം വല്ലാതെ വലിച്ചുവിട്ട് കിടക്കയിൽ കിടക്കുന്നു. ആ നെഞ്ച് മുമ്പൊന്നും കാണാത്തവിധം ഉയർന്നു താഴുന്നുമുണ്ട്.

ഇടയ്ക്കിടയ്ക്കൊക്കെ മുത്തച്ഛന് ശ്വാസംമുട്ടലുണ്ടാവാറുണ്ട്. അപ്പോഴൊക്കെ ഡോക്ടർ വന്ന് കൈത്തണ്ടയിൽ കുത്തിവെച്ച് ആ വയ്യായ്ക മാറ്റാറുമുണ്ട്. എന്നിട്ടെന്തേ അച്ഛൻ പോയി ഡോക്ടറെ കൊണ്ടുവരാത്തേ?

"മുത്തച്ഛാ..."

അവൻ കിടക്കയിലിരുന്ന് മുത്തച്ഛന്റെ കൈപിടിച്ച് വിളിച്ചു.

സാധാരണപോലെ മുത്തച്ഛനപ്പോൾ 'മോൻകുട്ടാ'ന്ന് വിളി കേട്ടില്ല. അവനെ കണ്ടതായിപ്പോലും നടിച്ചില്ല.

പെട്ടെന്ന് അച്ഛനുമമ്മയും നിലവിളിക്കുന്നതും അച്ഛൻ വെള്ളപ്പുതപ്പ് മുത്തച്ഛന്റെ മുഖത്തേക്ക് വലിച്ചിടുന്നതും അവൻ കണ്ടു. മുഖം മൂടിയാൽ മുത്തച്ഛന് ശ്വാസം മുട്ടില്ലേന്ന് സംശയിച്ചെങ്കിലും അവനാരോടും അതു ചോദിച്ചില്ല.

"മുത്തച്ഛൻ നമ്മളെ വിട്ടുപോയി മോനേ..."

അമ്മ തന്നെ കെട്ടിപ്പിടിച്ച് കരഞ്ഞുപറഞ്ഞിട്ടും അവനൊട്ടും

വിഷമം തോന്നിയില്ല. മുത്തച്ഛൻ ഒരിക്കലും മരിക്കില്ലെന്ന് തന്നോടു പറഞ്ഞതല്ലേ?

നടപ്പുരയിൽ വിരിച്ചിട്ട പുല്പായയിൽ മുത്തച്ഛനെ പുതിയ മുണ്ടുടുപ്പിച്ച് കിടത്തിയതും, മുത്തച്ഛന്റെ തലയ്ക്കലും കാൽക്കലും നിലവിളക്കും നാളികേരത്തിരിയും കത്തിച്ചുവെച്ചതും കണ്ടപ്പോൾ അവനെന്തോ പന്തികേടു തോന്നി. ഒരുപാടാളുകൾ മുത്തച്ഛനെ കണ്ട് കരയുന്നതും അവൻ ശ്രദ്ധിച്ചു.

പലരും പലതവണ പറഞ്ഞപ്പോഴാണ് മുത്തച്ഛൻ ശരിക്കും മരിച്ചെന്ന് അവനു മനസ്സിലായത്. തന്നെ പറഞ്ഞുപറ്റിച്ച മുത്തച്ഛനോട് പിണങ്ങാനാണ് അവനു തോന്നിയത്.

തെക്കുവശത്തു നിന്നിരുന്ന, നിറയെ ചിനച്ച മാങ്ങകളുള്ള മൂവാണ്ടൻമാവ് ചിലർ വന്നു വെട്ടാൻ തുടങ്ങിയപ്പോൾ അവനു പിന്നെയും സങ്കടം വന്നു.

"മോൻകുട്ടനറിയോ, എന്റെ പ്രായമുണ്ട് ഈ മാവിന്. ഞാനും ഈ മാവും ഒറ്റദിവസാവും പോവ്വാ."

മുത്തച്ഛൻ ഇടയ്ക്കിടെ പറയാറുണ്ട്.

എങ്ങോട്ടുപോണ കാര്യമാണ് മുത്തച്ഛൻ പറയുന്നതെന്ന് അന്നൊന്നും അവനു മനസ്സിലായിരുന്നില്ല.

ഇപ്പോൾ ഏതാണ്ടൊക്കെ മനസ്സിലായപ്പോൾ കരഞ്ഞുപോയി, അവൻ.

സന്ധ്യക്ക് നിലവിളക്കിനു മുന്നിലിരുന്ന് എണ്ണം തെറ്റാതെ 'ഒരു നാരായണ, രണ്ടു നാരായണ....' എന്നിങ്ങനെ നൂറുവരെ ചൊല്ലിക്കാൻ...

ആറും അറുപതും ഇരുപതും പതിന്നാലും ചേർന്നാൽ നൂറെന്ന് കണക്ക് മനഃപാഠമാക്കിത്തരാൻ...

ഇഞ്ചയും കുഴമ്പും തേച്ച് കുളിക്കുമ്പോൾ മരുന്നുകിഴി ചൂടാക്കിത്തരാൻ താൻതന്നെ വേണമെന്ന് നിർബ്ബന്ധം പിടിക്കാൻ...

വിഷുനാളിൽ കണികാണലിനും പടക്കം പൊട്ടിക്കലിനുമിടയിൽ വെള്ളിരൂപ കൈനീട്ടം തരാൻ...

ഇനിയൊരിക്കലും മുത്തച്ഛനുണ്ടാവില്ല എന്നറിഞ്ഞപ്പോൾ അവന് സഹിക്കാനായില്ല.

അവൻ കിടക്കയിൽ നിന്നിറങ്ങി, നേരെ തെക്കേപ്പറമ്പിലേക്ക് നടന്നു.

മൂവാണ്ടൻമാവിന്റെ കൊമ്പുകൾ ചിലത് ഇനിയും കത്തിത്തീരാനുണ്ട്. വെളുത്ത കട്ടപ്പുക മുകളിലേക്കുയരുന്നതുനോക്കി അവൻ നിന്നു.

ആ പുകയ്ക്ക് മുത്തച്ഛന്റെ നരച്ചുനീണ്ട താടിയുടെ രൂപമാണെന്ന് അവനു തോന്നി. നിറകണ്ണുകളോടെ അവൻ വിളിച്ചു:

"ന്റെ മുത്തശ്ശാ..."

"പൊന്നുമോൻകുട്ടാ..."

അടുത്തെവിടെയോനിന്ന് മുത്തച്ഛൻ തന്നെ വിളിക്കുന്നതായി അവനു തോന്നി. അതു വെറും തോന്നലാണെന്ന് ആരു പറഞ്ഞാലും അതു സമ്മതിക്കാൻ അവനൊരുക്കമായിരുന്നില്ല.

കാക്കക്കുഞ്ഞ്

"ഈ നശിച്ച കാക്കകളെക്കൊണ്ട് തോറ്റല്ലോ ഈശ്വരാ!"

ഒരു നൂറുവട്ടമൊന്നുമാവില്ല അമ്മയുടെ ഈ പ്രാക്ക് അവൾ കേട്ടിട്ടുണ്ടാവുക.

വലിയ വട്ടളത്തിൽ രണ്ടുവട്ടം പുഴുങ്ങിയ നെല്ല് കണ്ണാപ്പയിൽ കോരിയെടുത്ത് മുറ്റത്തുവിരിച്ചിട്ട പനമ്പിൽ നിരത്തിൽ അപ്പോൾത്തുടങ്ങും കാക്കകളുടെ ആക്രമണം. നെല്ലിന്റെ ചൂടൊന്ന് ആറാൻപോലും കാത്തുനില്ക്കാതെ, ഒരു പടയായാവും അവറ്റകളുടെ വരവ്.

കണ്ണൊന്നു തെറ്റിയാൽ നെല്ലിൽ നല്ലൊരു ഭാഗവും കാക്കകൾ കൊണ്ടുപോയതുതന്നെ.

കാക്കയെ ഓടിക്കാനുള്ള ദൗത്യം പലപ്പോഴും അവൾക്കാവും കിട്ടുക. അച്ഛനു പറമ്പിലും അമ്മയ്ക്ക് അടുക്കളയിലും നൂറുകൂട്ടം പണികൾ ചെയ്യാനുണ്ടാവും. മുമ്പ് നെല്ലുണക്കാനൊക്കെ വന്നിരുന്ന മുത്തിയമ്മയ്ക്കാണെങ്കിൽ ഇപ്പോൾ തീരെ വയ്യതാനും. അതുകൊണ്ട് അച്ഛനെയും അമ്മയെയും സഹായിക്കാൻ താനേ ഉള്ളൂവെന്ന് അവൾക്ക് നന്നായറിയാം.

പനമ്പിനടത്തായി വെയിലുകൊള്ളാതെ ഇറയത്തിരുന്നാണ്

അവളുടെ 'കാക്കനോട്ടം.' അവളുടെ കണ്ണുവെട്ടിച്ച് മരക്കൊമ്പിലും ചെടിയിലുമൊക്കെ പതുങ്ങിയിരിപ്പുണ്ടാവും കാക്കകൾ. ഇടയ്ക്കിടയ്ക്ക് അമ്മ വന്ന് നെല്ലൊന്ന് കാലുകൊണ്ട് ചിക്കിയിടും. പിന്നെ അഞ്ചാറുനെല്ലെടുത്ത് പരുത്ത തറയിൽ തിരുമ്മി അരിയുടെ ഉണക്കു നോക്കും. ഉണക്കു കൂടിയാലും കുറഞ്ഞാലും പ്രശ്നമാണ്. നെല്ലുകുത്തുമ്പോൾ തവിടു പോവാതെയും അരി പൊടിഞ്ഞുമൊക്കെയിരിക്കും. അതിനാൽ ശ്രദ്ധ തെറ്റരുത്.

കാക്കകളെ ഓടിക്കാൻ ചില കുറുക്കുവഴികളുമുണ്ട്.

അമ്മയുടെ പഴയ ശീലക്കുട, കമ്പികൾ ഒടിഞ്ഞതും തുണി കീറിയതുമാണെങ്കിലും നിവർത്തിവെക്കും, കാക്കകൾ കറുപ്പു കണ്ടാൽ അടുക്കില്ലത്രെ!

തെറ്റാലിയിൽ ചെറിയ കല്ലുകൾവെച്ച് കാക്കകൾക്കു നേരെ തൊടുക്കുകയാണ് ഇനിയൊന്ന്.

പൊട്ടിയ കണ്ണാടികൊണ്ട് കാക്കകൾക്കുനേരെ വെയിലടിപ്പിക്കുകയെന്ന മറ്റൊരു വിദ്യയുമുണ്ട്.

ഇതൊന്നും പൂർണ്ണമായും ഫലിക്കുമെന്ന് പറഞ്ഞുകൂടാ. ശീലക്കുടയെയും തെറ്റാലിയെയും നിലക്കണ്ണാടിയെയുമൊക്കെ മറികടന്നും കാക്കകൾ നെല്ലു റാഞ്ചാൻ തുടങ്ങിയപ്പോഴാണ് മറ്റു വഴികൾ ആലോചിച്ചത്.

"അതിനൊരു എളുപ്പവഴീണ്ടല്ലോ സാറേ."

വീട്ടിൽ റബ്ബർ വെട്ടാൻ വരുന്നയാളാണ് അച്ഛനോട് ആ വിദ്യ പറഞ്ഞത്.

"അതെന്താ?"

അച്ഛൻ ആകാംക്ഷയോടെ ചോദിച്ചു.

"അതോ? ഈ കള്ളക്കൂട്ടത്തിൽനിന്ന് ഒരൊറ്റ കാക്കേ വല വെച്ചു പിടിക്കണം. അതിനെ കൊന്ന് മുറ്റത്ത് കെട്ടിത്തൂക്കണം. പിന്നെ ജീവനിൽ പേടീള്ള ഒരു കാക്കേം വരില്ല."

അയാൾ വിശദീകരിച്ചു.

പക്ഷിവലയുമായി പിറ്റേന്ന് എത്താമെന്ന് അയാൾ ഏല്ക്കുകയും ചെയ്തു.

അന്നും നെല്ലിന് കാവലിരുന്നത് അവളാണ്. മുറ്റത്തുനിന്നും പെറുക്കിക്കൂട്ടിയ വെള്ളാരംകല്ലുകൾകൊണ്ട് കൊത്തങ്കല്ല് കളിച്ചിരുന്ന അവൾ കാക്കക്കൂട്ടം പറന്നുവന്ന് പനമ്പിലിരുന്നത് കണ്ടില്ല.

കുറെ നെല്ല് അകത്താക്കിയ ശേഷമാണ് അവൾ കാക്കകളെ കാണുന്നത്. അവൾ ചാടിയെണീറ്റ് ഒച്ചവെച്ചുകൊണ്ട് കാക്കകളെ ആട്ടിയോടിച്ചു. അപകടം മണത്തറിഞ്ഞ കാക്കകൾ ക്ഷണനേരത്തിനകം പറന്നകന്നു.

അവളെ അത്ഭുതപ്പെടുത്തിക്കൊണ്ട് കാലിൽ എന്തോ മുറിവുപറ്റിയ ഒരു കുഞ്ഞിക്കാക്ക മാത്രം അവിടെ ശേഷിച്ചു. അവൾ അടുത്തുചെന്നിട്ടും അതിന് പറക്കാനായില്ല. ചോരച്ച കുഞ്ഞിവായ തുറന്ന് അതു പതുക്കെ കരഞ്ഞുകൊണ്ടിരുന്നു.

അവൾ ആ കാക്കക്കുഞ്ഞിനെ കൈയിലെടുത്ത് ഇറയത്തുവന്നിരുന്നു.

അവൾക്കതിനോട് വല്ലാത്തൊരിഷ്ടം തോന്നി.

കാക്കക്കുഞ്ഞിന്റെ കാലിൽ പറ്റിയിരുന്ന ചോര അവൾ തന്റെ പുള്ളിപ്പാവാടത്തുമ്പുകൊണ്ട് ഒപ്പി. അപ്പോഴും അതിന്റെ ദേഹം വിറയ്ക്കുന്നുണ്ടായിരുന്നു.

പാവം!

അവളതിനെ നെഞ്ചോടു ചേർത്തു.

ഇത്തിരി മുമ്പുവരെ താൻ ശത്രുവായിക്കണ്ട കാക്ക എത്ര പെട്ടെന്നാണ് അരുമയായി മാറിയതെന്ന് അവൾ ഓർത്തു.

അപ്പോഴാണ് അവളാ കാഴ്ച കണ്ടത്.

കാക്കയെ പിടിക്കാനുള്ള വലയുമായി വീട്ടിലേക്കുള്ള ഇറക്കമിറങ്ങി അയാൾ വരുന്നു!

"ഈശ്വരാ!"

അവളുടെ ഉള്ളൊന്നു കാളി.

അയാളെങ്ങാൻ ഈ കാക്കക്കുഞ്ഞിനെ കണ്ടാൽ...

കൊന്നു കെട്ടിത്തൂക്കില്ലേ ഈ പാവത്തിനെ?

അവളതിനെ തന്റെ പാവാടയ്ക്കുള്ളിൽ ഒളിപ്പിച്ച് ഒന്നുമറിയാത്തപോലെ നിന്നു.

അയാൾ അവളെ തുറിച്ചുനോക്കി കടന്നുപോയി.

പിന്നെ, ഒട്ടും നേരം കളയാതെ അവൾ കാക്കക്കുഞ്ഞിനെ പതുക്കെ മുകളിലേക്കെറിഞ്ഞു. ചെഞ്ചോര വാ പിളർന്ന്, കുഞ്ഞിച്ചിറകുകൾ വീശി അതു പറന്നുയർന്നു.

അതുകണ്ട് ദീർഘനിശ്വാസം വിട്ടു, അവൾ!

9 789386 112026

Printed by Libri Plureos GmbH in Hamburg, Germany